ഗോപുരനടയിൽ

gopuranadayil
drama

●

m t vasudevan nair

●

first chintha edition
january 2010

●

second edition
may 2013

●

third edition
january 2018

●

typesetting & published
chintha publishers, thiruvananthapuram

●

●

cover
black mole

●

വിതരണം

ദേശാഭിമാനി ബുക്ക് ഹൗസ്
H O തിരുവനന്തപുരം–695 035
phone: 0471-2303026, 6063026
www.chinthapublishers.com
chinthapublishers@gmail.com

ബ്രാഞ്ചുകൾ

ഹെഡ്ഡാഫീസ് ബ്രാഞ്ച് കുന്നുകുഴി • സ്റ്റാച്യു തിരുവനന്തപുരം • കെ എസ് ആർ ടി സി ബസ് സ്റ്റേഷൻ ആലപ്പുഴ • കെ എസ് ആർ ടി സി ബസ് സ്റ്റേഷൻ എറണാകുളം • മച്ചിങ്ങൽ ലെയിൻ തൃശൂർ • ഐ ജി റോഡ് കോഴിക്കോട് • മാവൂർ റോഡ് കോഴിക്കോട് • എൻ ജി ഒ യൂണിയൻ ബിൽഡിങ് കണ്ണൂർ • സെൻട്രൽ ബസ് ടെർമിനൽ കോംപ്ലക്സ് താവക്കര കണ്ണൂർ

CR - 1795 / 4529
ISBN - 978-93-83155-34-7

ഗോപുരനടയിൽ

നാടകം

എം ടി വാസുദേവൻ നായർ

ചിന്ത പബ്ലിഷേഴ്സ്
തിരുവനന്തപുരം-695 035

എം ടി വാസുദേവൻ നായർ

പൊന്നാനി താലൂക്കിൽ കൂടല്ലൂരിൽ 1933 ജൂലായ് 15 ന് ജനിച്ചു. നോവലിസ്റ്റ്, കഥാകൃത്ത്, തിരക്കഥാകൃത്ത് എന്നീ നിലകളിൽ മല യാളത്തിൽ അന്യൂനമായ വ്യക്തിമുദ്ര പതിപ്പിച്ച എഴുത്തുകാരൻ. പ്രധാന കൃതികൾ: *മഞ്ഞ്, കാലം, നാലുകെട്ട്, അസുരവിത്ത്, വിലാ പയാത്ര, പാതിരാവും പകൽവെളിച്ചവും, അറബിപ്പൊന്ന്, രണ്ടാ മൂഴം, വാരാണസി* (നോവലുകൾ); *ഇരുട്ടിന്റെ ആത്മാവ്, ഓളവും തീരവും, കുട്ട്യേടത്തി, വാരിക്കുഴി, പതനം, ബന്ധനം, സ്വർഗം തുറക്കുന്ന സമയം, നിന്റെ ഓർമയ്ക്ക്, വാനപ്രസ്ഥം, എം ടിയുടെ തെരഞ്ഞെടുത്ത കഥകൾ, ഡാർ എസ് സലാം, രക്തംപുരണ്ട മൺതരികൾ, വെയിലും നിലാവും, കളിവീട്, വായനയുടെ പൂക്കൾ, ഷെർലക്ക്* (കഥകൾ); *കാഥികന്റെ കല, കാഥികന്റെ പണിപ്പുര, ഹെമിങ്വേ ഒരു മുഖവുര, കണ്ണാന്തളിപ്പൂക്കളുടെ കാലം* (പ്രബ ന്ധങ്ങൾ); *ആൾക്കൂട്ടത്തിൽ തനിയെ* (യാത്രാവിവരണം); *എം ടിയുടെ തിരക്കഥകൾ, പഞ്ചാഗ്നി, നക്ഷതങ്ങൾ, വൈശാലി, പെരുന്തച്ചൻ, ഒരു വടക്കൻ വീരഗാഥ, നഗരമേ നന്ദി, നിഴലാട്ടം, ഒരു ചെറുപുഞ്ചിരി* (തിരക്കഥകൾ); *സ്നേഹാദരങ്ങളോടെ, അമ്മയ്ക്ക്* (ഓർമകൾ). ഇംഗ്ലീഷിലേക്കും ഇതരഭാഷകളിലേക്കും കൃതികൾ വിവർത്തനം ചെയ്യപ്പെട്ടിട്ടുണ്ട്.

നാലുകെട്ട്, സ്വർഗം തുറക്കുന്ന സമയം, ഗോപുരനടയിൽ എന്നീ കൃതികൾക്ക് കേരള സാഹിത്യഅക്കാദമി അവാർഡും, *കാലം* എന്ന നോവലിന് കേന്ദ്ര സാഹിത്യ അക്കാദമി അവാർഡും, *വാന പ്രസ്ഥ*ത്തിന് ഓടക്കുഴൽ അവാർഡും ലഭിച്ചിട്ടുണ്ട്. *രണ്ടാമൂഴം* വയ ലാർ അവാർഡും മുട്ടത്തുവർക്കി ഫൗണ്ടേഷൻ അവാർഡും നേടി. 1996 ൽ ജ്ഞാനപീഠംപുരസ്കാരത്തിനർഹനായി. കാലിക്കറ്റ് സർവകലാശാലയും മഹാത്മാഗാന്ധി സർവകലാശാലയും 1996 ൽ ഓണററി ഡി ലിറ്റ് ബിരുദംനൽകി ആദരിച്ചു. 2005 ൽ കേരള സാഹിത്യ അക്കാദമിയുടെ വിശിഷ്ടാംഗത്വം ലഭിച്ചു. 2005 ൽ പത്മ ഭൂഷൺ നൽകി രാജ്യം ആദരിച്ചു.

വിലാസം : സിതാര, കൊട്ടാരം റോഡ്,
കോഴിക്കോട് – 673 006

പ്രസാധകക്കുറിപ്പ്

ചങ്ങമ്പുഴയ്ക്കുശേഷം മലയാളഭാവനയെ ഏറ്റവും ജന കീയനാക്കിയ പ്രതിഭയാണ് എം ടി. ഒരു ജനതയുടെ ഹൃദയസഞ്ചാര രഹസ്യങ്ങൾ പിടിച്ചെടുക്കുന്ന അന്യാദൃ ശമായ കാന്തതയാണ് എം ടിയെ ഇത്രമേൽ ജനകീയനാ ക്കുന്നത്.

മലയാളികളുടെ ഗൃഹാതുരതയുടെയും സ്വപ്നങ്ങളു ടെയും വാസ്തുശില്പ്പങ്ങളാണ് എം ടിയുടെ നോവലു കളും തിരക്കഥകളും. വസന്തം വിടപറഞ്ഞിട്ടും കൊഴി യാതെ കൂമ്പിനിൽക്കുന്ന പൂവുപോലെ വായനക്കാരെ മഥിക്കുന്ന വിഷാദഭാവങ്ങൾക്ക് എം ടി പകർന്നു നൽകിയ കാവ്യാത്മകതയും മാതൃകകളില്ലാത്തതാണ്. നമ്മുടെ സാംസ്കാരികതയെ നിരന്തരം നവീകരിച്ചുകൊണ്ടിരി ക്കുന്ന എം ടിയുടെ രചനാ ശേഖരങ്ങളിലെ അപൂർവത യായ ഒരു നാടകം, ഒരേയൊരു നാടകം, *ഗോപുരനടയിൽ* മൂന്നാം പതിപ്പ് 'ചിന്ത'യുടെ ആഹ്ലാദം, വായനക്കാരുമായി പങ്കുവെക്കട്ടെ.

കൃതജ്ഞത

നാടകം എന്റെ മേഖലയല്ലെന്നുപറഞ്ഞ് ഒഴിഞ്ഞുമാറി നിൽക്കാൻ ആവുന്നത്ര ശ്രമിച്ചു. എന്നിട്ടും എന്നെ ആഴ്ച കളോളം നീണ്ടുനിന്ന സ്നേഹപൂർവമായ നിർബന്ധം കൊണ്ട് ഇതെഴുതിപ്പിക്കാനും അവതരിപ്പിക്കാനും മെരു ക്കിയെടുത്ത വിക്രമൻനായർക്കും വിൽസൻ സാമുവലി നും കൃതജ്ഞത, അവതരിപ്പിച്ച കോഴിക്കോട്ടെ സംഗമം തിയേറ്റേഴ്സിലെ മറ്റംഗങ്ങൾക്കും.

എം ടി വാസുദേവൻ നായർ

കഥാപാത്രങ്ങൾ

നരൻ

കാവൽക്കാരൻ

രോഗി

വൃദ്ധ

യുവതി

മുതലാളി

സന്ദർശകൻ

തെരുവുപോക്കിരികൾ

പ്രാർഥനാസംഘം

ഗോപുര നടയിൽ

എം

ഉച്ചത്തിൽ ഉച്ചത്തിൽ ഞാൻ വിളിച്ചു;
അവൻ വരുംവരെ.
പിന്നെ ഞങ്ങൾ മുഖത്തോടുമുഖം കണ്ടു.
അവൻ എന്റെ ഹൃദയത്തിൽ എരിയാൻ തുടങ്ങി;
അവന്റെ നാളംകെടുത്താൻ എന്റെ സർവശക്തികളും
ശ്രമിക്കുവാനൊരുങ്ങി.
എന്റെ ശരീരം, അകറ്റാനാവാത്ത എന്റെ ശരീരം
വിയർപ്പിൽ മുങ്ങി.
ഈ മുറി, വിശുദ്ധമായ ഈ മുറിയാണ്,
ഞങ്ങൾ ദ്വന്ദയുദ്ധം നടത്തുന്ന അരങ്ങ്.
പരസ്പരം നശിപ്പിക്കാനുള്ള വെമ്പലിൽ
ഒരാൾ ശാപങ്ങൾ ചൊരിയുന്നു.
അപരന് ഭ്രാന്ത് പെരുകുന്നു.

ഷെയ്റിൽ അൻവർ
ഇന്തോനേഷ്യൻ കവി ജനനം: 1922, മരണം: 1949

1

കർട്ടനുയരുമ്പോൾ രംഗം ഒഴിഞ്ഞു കിടക്കുന്നു.

രണ്ടു വഴികൾ വന്നുമുട്ടി മറുവശത്തേക്ക് പോകുന്ന ഇടത്തിന്റെ പശ്ചാ ത്തലത്തിൽ ഗോപുരം. ഇരുവശത്തും മതിൽക്കെട്ടുകളാണെന്ന സൂചന. ഗോപുരം മുകളിൽ ഉയരത്തിലേക്ക് ഉയരത്തിലേക്ക് പൊങ്ങു ന്നു എന്ന സൂചന. അകത്തേക്ക് പ്രവേശനദ്വാരമാണ്. അവിടം ഇരുണ്ടു കിടക്കുന്നു. അതിനപ്പുറം അജ്ഞാതമായ കോട്ടയുണ്ട്. വാതിലുകളോ കാവൽപ്പുരയോ നാം കാണുന്നില്ല. ഗോപുരനടയുടെ മുൻവശത്തായി പഴയ ശൈലിയിലുള്ള പീഠങ്ങൾ. ഒരു പഴയ എഴുത്തുമേശ.

നടയുടെ തൊട്ടുമുന്നിൽ ചതുരാകൃതിയിൽ ഒരു കൽക്കെട്ടിന്റെ സൂചന. അതിന്റെ ചുറ്റും വഴിയുണ്ട്. മുകളിൽ ഭണ്ഡാരപ്പെട്ടി. അതിന്റെ മുൻവശത്തെ പൂട്ട് പ്രേക്ഷകർക്ക് കാണാം. ഗോപുരനടയുടെ ഒരു വശത്തായി തൂക്കിയിട്ട കയർ. കയറിന്റെ അറ്റത്ത് മുകളിൽ ഗോപുര ത്തിലെവിടെയോ ഒരു മണിയുണ്ട്.

ഒരു വിളക്കുകാലിനു മുകളിൽ പഴയ മാതൃകയിലുള്ള വിളക്ക്.

വെളിച്ചത്തിന്റെ സജ്ജീകരണം സന്ധ്യാപ്രകാശമാണെന്ന് സൂചന നൽകുന്നു.

പശ്ചാത്തലത്തിൽ നിന്ന് ഭജനഗീതം ഉയരുന്നു. ഭജനസംഘം നിഴലുകളായി കടന്നു വരുന്നു. ഒരു വശത്തുനിന്ന് അവർ തമ്പുരാനെ പ്രകീർത്തിച്ചുകൊണ്ടാണ് പാടുന്നത്. രംഗത്തുള്ള അവരുടെ ചലന ങ്ങൾ താളാത്മകമാണ്. ഗോപുരനടയുടെ അന്ധകാരമായ പശ്ചാത്തല ത്തിൽനിന്ന് കാവൽക്കാരൻ വരുന്നു. അരയിൽ വലിയ വെള്ളിത്താ

ക്കോൽ. ഉടുപ്പിൽ അധികാരത്തിന്റെ ചിഹ്നമായ വലിയ സുവർണ നക്ഷത്രം. അയാളുടെ കൈയിൽ ചാട്ടയുണ്ട്.

ഭജനസംഘം അയാളെ ശ്രദ്ധിക്കുന്നില്ല. വന്നവർ തമ്പുരാന്റെ സ്തുതിപാഠകരാണെന്ന് ബോധ്യമായപ്പോൾ ചാട്ട കക്ഷത്ത് ഒതുക്കി വെച്ച് ഒരുതരം നിസ്സംഗതയോടെ നോക്കി നിൽക്കുന്നു.

ഗായകസംഘം ഭക്തിലഹരിയിൽ മറ്റൊന്നും ശ്രദ്ധിക്കാതെ എതിർവശത്തേക്ക് പോകുന്നു.

രംഗത്ത് കാവൽക്കാരൻ തനിച്ച്.

കാവൽക്കാരൻ   :   (ലോകത്തോടെന്നപോലെ) സ്തുതിയും അധികം പാടിയാൽ സൈ്വരക്കേടാണ്. തമ്പുരാന്റെ ഹിതം അങ്ങനെയാണെങ്കിൽ നടക്കട്ടെ.

(സദസിനോട്) അകത്ത് പള്ളികൊള്ളുന്ന തമ്പുരാന്റെ ഹിതവും പ്രിയവും നിശ്ചയിക്കാൻ ഞാനാര്, നിങ്ങളാര്? മൂഢന്മാർക്കറിയു മോ, കനകരത്നവൈഡൂര്യ ശേഖങ്ങളുടെ മുകളിലാത്രെ കിടപ്പ്. കൈകളിലോ പെരുമാറാൻ ചെമ്പുതുട്ടുകൂടിയില്ല. അനുഗ്രഹവും ശാപവും ആ വിരൽത്തുമ്പിൽ. പക്ഷേ, നിർവികാരതയാണെ പ്പോഴും ഭാവം. വാൾക്കാരും വേൽക്കാരും അകത്തളങ്ങളിൽ, അങ്കക്കലികൊണ്ട് ചേകോന്മാർ പാളയങ്ങളിൽ. എന്നിട്ടും– (നിർ ത്തണം) – എന്നിട്ടും ഗോപുരനടയ്ക്ക് കാവൽ വേണം. ഉപദേശി ക്കാനാര്? ആരെ?

(കാവൽക്കാരൻ സ്വന്തം ചിന്തകളിൽനിന്ന് ഉണർന്നപോലെ ആകെ ഒന്നു കുടഞ്ഞെഴുന്നേറ്റ് താളത്തിൽ രംഗത്തിന്റെ നാലതിരുകളും കളം പകുത്തെടുക്കുന്നതുപോലെ അദൃശ്യശക്തികളെ വിരട്ടിക്കൊണ്ട് ചാട്ടയടിച്ച് ചുവടുവച്ച് നീങ്ങുന്നു.)

"ഉത്തിഷ്ഠത! ജാഗ്രത! ജാഗ്രത!"

നാലുമൂലകളിലും നിന്ന് വിളിച്ചറിയിക്കുന്നു.

"ഉത്തിഷ്ഠത! ജാഗ്രത! ജാഗ്രത!"

"ഉത്തിഷ്ഠത! ജാഗ്രത! ജാഗ്രത!"

"ഉത്തിഷ്ഠത! ജാഗ്രത! ജാഗ്രത!"

താളാത്മകമാണ്, അയാളുടെ ചലനങ്ങൾ. തിരിയുഴിച്ചിലുകാരുടെ ചലനങ്ങളെ അനുസ്മരിപ്പിക്കുന്നതാവാം. അയാൾ നടുവിൽ നിന്ന് അവസാനമായി ആകാശത്തും ഒന്ന് ചാട്ടചുഴറ്റി വന്നവഴി ഗോപുരനട യിലെ ഇരുട്ടിൽ മറയുന്നു.

നിശ്ശബ്ദതയിൽ നേർത്ത പശ്ചാത്തലസംഗീതം. പെട്ടെന്ന് പശ്ചാത്തലത്തിൽനിന്നും കൂക്കിവിളികൾ.

പല ശബ്ദങ്ങൾ ചേർന്ന്.

ഭ്രാന്തൻ, ഭ്രാന്തൻ. പിടിച്ചോ വിടല്ലവനെ.

വേട്ടയാടപ്പെട്ട ഒരുവന്റെ നിസ്സഹായതയോടെ താടിയും മുടിയു
മുള്ള, ഉലഞ്ഞ ഉടുപ്പുകളുമുള്ള ഒരാൾ രംഗത്തേക്ക് വന്നുനിന്ന്
കിതയ്ക്കുന്നു. വന്നവഴി നോക്കുന്നു. പരിഭ്രമമുണ്ട് മുഖത്ത്. അതിനടി
യിൽ നേർത്തൊരു ചിരിയുമുണ്ട്. അയാളുടെ കക്ഷത്ത് ഒരു ഭാണ്ഡ
മുണ്ട്. നെറ്റിയിലും കൈയിലും ചോര.

ഒരു കല്ല് അയാളുടെ അടുത്തുവന്നു വീഴുന്നു. പിന്നാലെ ഓടി
വന്ന സംഘം രംഗത്തിന്റ ഒരു വശത്തേക്ക് പ്രവേശിക്കുന്നു. വ്യത്യസ്ത
വ്യക്തിത്വങ്ങളില്ലാത്തതാണ് നടയുടെ അതിർത്തിവരെ എത്തുന്ന
ഇത്തരം സംഘങ്ങൾ. ഒരേ വേഷം. ഒരേ ഭാവം. മുന്നോട്ടായുന്നവരെ
മുന്നിലുള്ള ആൾ രണ്ടു കൈയുംനീട്ടി വിസ്തരിച്ച് ആംഗ്യത്തോടെ
തടഞ്ഞ്:

നിൽക്ക്. സ്ഥലമറിയാതെ വിഡ്ഢിത്തം കാട്ടരുത്.

ഗോപുരനടയിൽ വീണ്ടും കാവൽക്കാരൻ വരുന്നു. വന്നു നിൽക്കു
ന്നവനെ നോക്കി ആദ്യം. പിന്നെ വീണു കിടക്കുന്ന കല്ല് നോക്കി. അത്
കുനിഞ്ഞെടുത്ത് പുറത്തേക്കിടുന്നു. എന്നിട്ട് അതിർത്തിയിൽ നിൽക്കു
ന്നവരോടായി ചാട്ടച്ചുഴറ്റി ഒരു ചുവടുവെച്ച് ചാട്ട വായുവിലേക്ക് പുളച്ച്;

മാറിക്കോ മാറിക്കോ

തിരുനടയുടെ നാലതിരിനകത്തോ

കല്ലുകളിയും കൈയാങ്കളിയും

ഒരു ചുവടുകൂടി അടവിൽവെച്ച് ചാട്ടച്ചുഴറ്റുന്നു. വന്നവർ നിശ്ശബ്ദം
പിൻവാങ്ങുന്നു. രംഗത്ത് കാവൽക്കാരനും വന്നുചേർന്ന പ്രാകൃതനായ
മനുഷ്യനും തനിച്ച്.

കാവൽ	:	(ആഗതനെ നോക്കി) ആരാ, എവിടുന്നാ? (ആഗ തൻ കാവൽക്കാരന്റെ മുമ്പിൽ ജാള്യം കലർന്ന ചിരിയോടെ നിൽക്കുന്നു. പിന്നെ സ്വയം അൽപ്പം ധൈര്യമവലംബിച്ച് ഒച്ചയനക്കി.)
ആഗതൻ	:	അങ്ങനെയൊന്നുമില്ല.
കാവൽ	:	മനസിലായില്ല. ഈ ചുറ്റുവട്ടത്തൊന്നും കണ്ടി ട്ടില്ല.
ആഗതൻ	:	കണ്ടിരിക്കില്ല. പക്ഷേ, ഞാനിവിടെയൊക്കെ ഉണ്ടായിരുന്നു.
കാവൽ	:	എന്താ ഭാണ്ഡത്തിൽ?

ആഗതൻ : വിശേഷിച്ചൊന്നുമില്ല. വഴിനടക്കുമ്പോൾ ഒരു ഭാണ്ഡമിരിക്കട്ടെ എന്നുവെച്ചു.

കാവൽ : കനമുണ്ടോ? വേണമെങ്കിൽ ഇറക്കിവെക്കാം.

ആഗതൻ : ഓടാൻ തുടങ്ങിയപ്പോൾ ശരിക്കും കനം തോന്നി.

കാവൽ : ആളുകളിട്ട് ഓടിക്കുമ്പോൾ കൈയിലെന്തുണ്ടാ യാലും ഭാരംതന്നെ. തിരുനടയിൽ മുമ്പ് വന്നി ട്ടുണ്ടോ?

ആഗതൻ : ഞാൻ ഈ പരിസരത്തിലൊക്കെ ഉണ്ടായിരുന്നു.

കാവൽ : അപ്പോൾ ചിട്ടവട്ടങ്ങൾ പറയാതറിയും. ഞാൻ കണ്ടിട്ടുണ്ടാവും. ശ്രദ്ധിച്ചിരിക്കില്ല. അതിന്റെ ആവശ്യം വന്നിരിക്കില്ല.

ആഗതൻ : (*ശാന്തനായി ഗാംഭീര്യത്തോടെ*) നല്ലത്. അപ്പോൾ ഈ കൂടിക്കാഴ്ചയും മറന്നേക്കൂ.

(*എന്നിട്ട് കാവൽക്കാരനെ ദയാപൂർവം നോക്കി – മന്ദഹസിച്ച് അകത്തേ ക്ക് കടക്കാൻ ഭാവിക്കുന്നു. കാവൽക്കാരൻ വീശിയ ചാട്ട വഴിതടഞ്ഞ് അയാളുടെ മുൻപിൽ*)

കാവൽ : കളിക്കുന്നോ? സ്ഥലമേതെന്നറിയാമോ? ആ വാതിലേതെന്നറിയാമോ?

(*ആഗതൻ നിശ്ശബ്ദം. പക്ഷേ, പ്രകടമായി ചിരിക്കുന്നു.*)

കാവൽ : ചിരിക്കുന്നോ? ഭ്രാന്തൻചിരി മാറ്റാനൊക്കെ ഈ ചാട്ടമതി.

(*കൈകൊണ്ട് അകത്തേക്ക് പേകാൻ ആംഗ്യം കാട്ടുന്നു. ഒരു കേസ് അവസാനിപ്പിച്ചപോലെ അകത്തെ അന്ധകാരത്തിലേക്ക്.*)

(*ആഗതൻ തനിച്ച്. അയാൾ പരിസരമാകെ ശ്രദ്ധിക്കുന്നു.ഇപ്പോൾ മുഖത്ത് വീണ്ടും കുസൃതി കലർന്ന മന്ദഹാസം. എന്തോ ചിന്തിച്ചുറ പ്പിച്ചപോലെ തൂങ്ങിക്കിടക്കുന്ന കയർ പിടിച്ചുവലിക്കുന്നു. പശ്ചാത്തല ത്തിൽ കൂറ്റൻ മണിനാദം വീണ്ടുമൊരിക്കൽക്കൂടി. അപ്പോൾ കാവൽ ക്കാരൻ അസ്വാരസ്യമുള്ള ഭാവത്തോടെ ധൃതിയിൽ വരുന്നു*)

കാവൽ : നിർത്ത്.

(*ആഗതൻ കയറിന്റെ പിടിവിടുന്നില്ല*)

കാവൽ : (*ചാട്ട പ്രയോഗിക്കണോ എന്ന് സംശയിച്ച് ഉറക്കെ*)
നിർത്താൻ!

(ആഗതൻ കയർ വിടുന്നു)

ആഗതൻ : (നിഷ്കളങ്കമായി ചിരിച്ചുകൊണ്ട്) മണി മുഴങ്ങി
യല്ലോ. അപ്പോൾ പുറത്തറിഞ്ഞപോലെ അകത്തു
മറിയും, ഞാൻ കാത്തുനിൽക്കുന്ന കാര്യം.

കാവൽ : സങ്കടക്കാരനാണോ?

ആഗതൻ : മനസിലായില്ല.

കാവൽ : സങ്കടംകൊണ്ട് വന്നതാണോ?

(ആഗതൻ സംശയിച്ച് നേർത്ത മന്ദഹാസംവിടാതെ കാവൽക്കാരനെ
നോക്കുന്നു.)

കാവൽ : സങ്കടം, ദുഃഖം, വ്യഥ?

ആഗതൻ : ഇവിടെ വന്നിട്ടും പരിഹാരം കാണാനാവാത്ത
ദുഃഖമുള്ളവർ എന്തുചെയ്യും?

കാവൽ : (ചിരിച്ച്) ദുഃഖങ്ങളുടെ പട്ടിക എന്റെ കൈയി
ലാണ്. അതിൽ അങ്ങനെയെന്നുമില്ല. സങ്കടക്കാ
രെല്ലാം വരേണ്ടത് ഇവിടെയാണ്. ഞാനുറങ്ങു
മ്പോൾ മാത്രം അകത്തറിയിക്കാൻ മണിയടിക്കാം.
ഞാനുറങ്ങുമ്പോൾ മാത്രം. പക്ഷേ, ഞാൻ
ഉറങ്ങാറില്ല.

ആഗതൻ : ഞാനിപ്പോൾ പുറത്ത് കാത്തുനിൽക്കുകയാണ്.

കാവൽ : (പുച്ഛത്തിൽ ചിരിച്ച്) അപ്പോൾ അർഘ്യപാദ്യ
ങ്ങളും മുന്നിൽത്തളിക്കാരും അകമ്പടിക്കാരു
മെത്തണമായിരിക്കും. പറയുന്നത് കേട്ടാൽ ഒരു
ചെറിയ തമ്പുരാൻ തന്നെയാണെന്ന് തോന്നും.

ആഗതൻ : (ചിരിക്കുന്നു) തമ്പുരാൻ വണങ്ങുന്നതെവിടെ
യാണ്.

കാവൽ : അത്.....................(പരുങ്ങുന്നു)...........അതിന്റെ
ആവശ്യമില്ല.

ആഗതൻ : വെറും ജിജ്ഞാസയാണ് തമ്പുരാൻ. ദുഃഖം വരു
മ്പോൾ ഏതു തിരുസന്നിധിയിൽ പോകും?

കാവൽ : (വെറുതെ വായുവിൽ ചാട്ട ചുഴറ്റുന്നു.)
നിശ്ശബ്ദത! ജാഗ്രത! (ഒന്ന് സൂക്ഷിച്ചുനോക്കു
ന്നു)

അപ്പോൾ വെറും ഭ്രാന്തല്ല. ഭ്രാന്തിനപ്പുറം ചിലത് കൂടിയുണ്ട്. (സ്വരം
മാറ്റി) കാത്തുകിടക്കാം. അത് വിലക്കരുതെന്ന് ഉത്തരവുണ്ട്.

ഭ്രാന്തനാണെങ്കിലും നിശ്ശബ്ദത പാലിക്കുക! ഊഴം കാത്തുകിടക്കുക!

ആഗതൻ : (അകത്തെ അനന്തതയെ ഉദ്ദേശിച്ച് ആംഗ്യത്തോ ടെ) എനിക്കും അൽപ്പം ഇടം അവിടെയെങ്ങോ കാണും. നടക്കട്ടെ. (വീണ്ടും വാതിൽക്കലേക്ക് നീങ്ങുന്നു.)

കാവൽ : അത്ര തിരക്കാണോ? (പരിഹാസത്തോടെ)

എടോ ഇവിടെ എത്ര തിരക്കുള്ളവർക്കും ഊഴം കാത്ത് നിൽക്കണം. നിൽക്കും.

ആഗതൻ : (തെല്ല് ക്ഷോഭത്തോടെ) എന്റെ വഴി മുടങ്ങി യാൽ.... (സ്വയം നിയന്ത്രിച്ച് നിർത്തുന്നു)

കാവൽ : .... (രസിച്ച് ചിരിച്ച്) നന്ന്. നന്ന്. ഇതൊക്കെ കേൾക്കാറുള്ളതു തന്നെ. ആദ്യം സങ്കടം ഇവിടെ പറയാം. എല്ലാം തുറന്നുപറയണം. അത് വേണ്ട പോലെ ഞാൻ രേഖയാക്കും. രേഖ തിരുമുമ്പിലെ ത്തും, ചിലപ്പോൾ. ചിലപ്പോൾ അലിവു തോന്നി യാൽ ഊഴം കാത്ത് നിർത്താതെയും വിളിക്കും. ഭാഗ്യം ഒരു ഭ്രാന്തനായിക്കൂടെന്ന് നിയമമില്ലല്ലോ.

ആഗതൻ : എനിക്ക് നിയമങ്ങളില്ല.

കാവൽ : അത് ഭ്രാന്തിന്റെ സൗഭാഗ്യം. പക്ഷേ, ഇവിടെ നിയമങ്ങളുണ്ട്.

(അകത്തുപോയി വലിയ തടിച്ച പുസ്തകവും തൂവലും കൊണ്ടു വരുന്നു. പീഠത്തിന്മേലിരിക്കുന്നു. ഗ്രന്ഥം സാവധാനത്തിൽ നിവർ ത്തുന്നു.)

കാവൽ : സകല സങ്കടക്കാരുടെയും തലക്കുറി ഈ ഗ്രന്ഥത്തിലുണ്ട്. നിന്റെയും കിടക്കട്ടെ. ഒരു രേഖയ്ക്ക്.

ആഗതൻ : ആരാണ് പിന്നെ തലക്കുറികൾ തിരുത്തേണ്ടത്?

(കാവൽക്കാരൻ ശ്രദ്ധിക്കുന്നു. മറുപടി പറയാൻ ഒരുങ്ങി വേണ്ടന്നു വെച്ച് പുസ്തകത്തിൽ മുമ്പേ എഴുതിവെച്ച പലതിലൂടെയും കണ്ണോടിച്ച് നിർത്തി, തിരിഞ്ഞ്)

കാവൽ : പേര്?

(ആഗതൻ മിണ്ടുന്നില്ല. കാവൽക്കാരൻ മുഖമുയർ ത്തി നോക്കുന്നു.)

ആഗതൻ : എന്നെ അകത്തു വിട്ടാൽമതി. അറിയും. അകത്ത് എല്ലാവർക്കുമറിയും.

കാവൽ	:	ജനം കൂകി വിളിച്ചിരുന്നത് വെറുതേയല്ല. നല്ല ഭ്രാന്താണല്ലോ?
ആഗതൻ	:	മറുപടിപറയാൻ വിഷമം.
കാവൽ	:	ഉം?
ആഗതൻ	:	ഭ്രാന്തുള്ളവരൊക്കെ ഇല്ലെന്നേ പറയൂ. അപ്പോൾ ഇല്ലാത്തവർക്ക് പറയാൻ പറ്റിയ വാക്കെവിടെ?
കാവൽ	:	എനിക്ക് സമയമില്ല. വേഗം കുറിക്കണം. പേര്?
ആഗതൻ	:	എന്തെങ്കിലും എഴുതിക്കോളൂ.
കാവൽ	:	(ചിരിച്ച്) ഒരു പേര് ഉണ്ടാവുമല്ലോ ആർക്കും.
ആഗതൻ	:	നിർബന്ധമാണെങ്കിൽ എഴുതാം. നരൻ.
നരൻ	:	പേരുപറഞ്ഞു. നരൻ.
കാവൽ	:	വെറും നരൻ. വെറും നരൻ.
നരൻ	:	അല്ല നരൻ.
കാവൽ	:	(എഴുതാൻ ഭാവിച്ച്) അല്ല നരൻ.
നരൻ	:	(ക്ഷോഭമടക്കി) താൻ തിരുനടയിലെ കാവൽക്കാരനോ അതോ അണിയറയിൽനിന്ന് ഒളിച്ചോടി വന്ന വിദൂഷകനോ?

(കാവൽക്കാരൻ നരനെ രൂക്ഷമായി നോക്കുന്നു. പുസ്തകത്തിലേക്ക് തലകുനിച്ച് – 'സങ്കടത്തിന്റെ സ്വഭാവം' നരന് മനസിലാവുന്നില്ല അയാൾ മന്ദഹസിക്കുന്നു)

കാവൽ	:	തന്റെ നാടകം കാണാൻ എനിക്ക് സമയമില്ല. പറയെടോ (പുസ്തകത്തിൽ നോക്കി) സങ്കടം പലവിധത്തിൽ ഇവിടെ വരയിട്ട് കള്ളികളാക്കി തരംതിരിച്ചിട്ടുണ്ട്. സങ്കടത്തിന്റെ സ്വഭാവം. ആരാണ് ഉത്തരവാദി? സംശയിക്കപ്പെടുന്ന ഉത്തരവാദി ആര്? (സ്വരംമാറ്റി) അതിനും കള്ളികളുണ്ട്. ആത്മനോ പരനോ പ്രകൃതിയോ?

(നരൻ ക്ഷീണഭാവത്തിൽ ഒരു വശത്തിരിക്കുന്നു. നിസ്സഹായതയോടെ)

നരൻ	:	എനിക്കറിയില്ല. എല്ലാം അറിയുന്ന സ്ഥിതിക്ക് തമ്പുരാൻ തരംതിരിക്കട്ടെ.

(കാവൽക്കാരൻ അയാളെ നോക്കി നിരാശയോടെ ഈർഷ്യയോടെ, പുസ്തകം മടക്കി എടുക്കുന്നു)

കാവൽ	:	(ഇയാളോട് തർക്കിച്ചിട്ട് കാര്യമില്ല എന്ന ഭാവത്തിൽ) അനങ്ങാതെ ശബ്ദിക്കാതെ ഇരിക്കുക.

എപ്പോഴെങ്കിലും അദ്ദേഹം എഴുന്നെള്ളും. അപ്പോ
ൾ പറഞ്ഞോളൂ. വെറുതെ അദ്ദേഹത്തെ ശല്യപ്പെ
ടുത്തരുത്.

(അകത്തേക്ക് നീങ്ങി തിരിഞ്ഞുനിന്ന്)
എന്നേയും.

(പശ്ചാത്തലത്തിൽ ആദ്യം കേട്ട ഭജനഗീതത്തിന്റെ വരികൾ അവ്യക്ത
മായി കേൾക്കാം. നരൻ ചിന്താമഗ്നനായി ഇരിക്കുകയാണ്. പിന്നീട്
അയാൾ സാവധാനത്തിൽ എഴുന്നേൽക്കുന്നു. എന്നിട്-അകത്തേക്ക്
പതുക്കെ നടക്കുന്നു. കാവൽക്കാരനെ ഉണർത്തേണ്ടെന്ന് കരുതി
പാളിപ്പരുങ്ങി അകത്തേക്ക്. ഒരുനിമിഷം പ്രേക്ഷകർക്ക് തോന്നാം:
അയാൾ അകത്ത് കടന്നു. പെട്ടെന്ന് അകത്തുനിന്നുള്ള ശക്തിയായ
തള്ളലേറ്റ് രംഗത്തിന്റെ ഒരു വശത്ത് വീഴുന്നു. പിന്നാലെ വന്ന കാവൽ
ക്കാരൻ ക്രുദ്ധനായി ചാട്ട തിരുപ്പിടിച്ചുകൊണ്ട്.)

കാവൽ   :   ഓർമിച്ചോ ഒരു കണ്ണ് ഉറങ്ങിയാലും ഒരു കണ്ണ്
                         കാവലിരിക്കും. തമ്പുരാന് അകത്തും പുറത്തും
                         കണ്ണുകളുണ്ട്. അകം കാണുന്നവൻ പുറം കാണും.
                         ആ അനുഗ്രഹത്തിന്റെ ഒരംശം എനിക്കും തന്നു.
                         കൊട്ടാരത്തിൽനിന്ന് ഗോപുരത്തിലേക്ക് വന്നു.
                         പിന്നെ കാവലാളുടെ പണിയും തന്നു. ഇനി
                         തന്ത്രം കാണിച്ചാൽ നട്ടെല്ലൊടിച്ച് - കിടങ്ങിലെ
                         മാളങ്ങളിൽ കാവൽ കിടക്കുന്ന വ്യാളികൾക്ക്
                         തീറ്റപ്പണ്ടമായെറിയും. അതിനുള്ള അധികാരവും
                         എനിക്ക് കനിഞ്ഞേകിയിട്ടുണ്ട്.

(മാറത്തെ നക്ഷത്രവും അരയിലെ താക്കോലും തട്ടിയുറപ്പിച്ച് അക
ത്തേക്ക് മറയുന്നു. പശ്ചാത്തലത്തിൽ നിന്നും ഭജനഗീതം. കാവൽ
ക്കാരൻ സംസാരിക്കുമ്പോൾ നരൻ വീണുകിടന്ന കിടപ്പിലാണ്.
അപ്പോൾ മറ്റൊരു ഭജനസംഘം വരുന്നു. അതേ വരികൾ. ഇപ്പോൾ
മുഷ്ടിചുരുട്ടി തമ്പുരാന് സ്തുതി പാടുന്നത് ഭക്തിയുടെ ലഹരികലർ
ന്ന ആവേശത്തിലാണ്. അതൊരു വെല്ലുവിളിപോലെത്തോന്നും. നരൻ
വീണുകിടക്കുന്നതു നോക്കാതെ ചവിട്ടിക്കൊണ്ടാണ് ഒരുവശത്തു
നിന്നും മറുവശത്തേക്ക് ചുവടുവെച്ച് കടക്കുന്നത്. തിരിച്ച് ഇങ്ങോട്ടും.
അവർ വന്നവഴിയേ മടങ്ങിപ്പോകുന്നു. രംഗവും പശ്ചാത്തലവും
നിശ്ശബ്ദം.)

നരൻ   :   (പിറുപിറുപ്പാണെങ്കിലും വ്യക്തമായി കേൾക്കാം)
                         ആർക്കുവേണ്ടി? ആർക്കുവേണ്ടി?

(അപ്പോൾ എതിർവശത്തുനിന്നും വൃദ്ധയായ പിച്ചക്കാരി കടന്നുവരുന്നു.

അവർ നിലത്തു കിടക്കുന്ന നരനെ കാണുന്നില്ല. അവർ ഗോപുര
നടയും ഭാണ്ഡാരപ്പെട്ടിയും പരിസരവും ഒന്നാകെ വീക്ഷിക്കുന്നു.
കൈയിൽ വടി, ചെറിയ ഭാണ്ഡം, ഭിക്ഷാപാത്രമായ തകരപ്പാട്ടം. വൃദ്ധ
കയറിലാണ് നോക്കുന്നത്. എന്നിട്ട് അതിനടുത്തേക്ക് ചെന്ന് വലിക്കാൻ
ഭാവിക്കുന്നു.)

നരൻ	:	അരുത്. അരുത്.

അപ്പോഴാണ് വൃദ്ധയുടെ ശ്രദ്ധ അവിടെ നിഴൽപ്പാടിലിരിക്കുന്ന നരന്റെ
നേർക്ക് തിരിയുന്നത്. നരൻ എഴുന്നേറ്റിരിക്കുന്നു.

നരൻ	:	മണിയടിച്ചിട്ട് കാര്യമില്ല.
വൃദ്ധ	:	(ആളെ കണ്ട്) അപ്പോൾ ഉറങ്ങുകയല്ല, അല്ലേ-അകത്തില്ലേ? ശബ്ദം കേൾക്കില്ലേ? കേൾക്കു മെന്ന് ആൾക്കാരൊക്കെ പറഞ്ഞു.
നരൻ	:	കേൾക്കും.
വൃദ്ധ	:	എനിക്കൊരു സങ്കടം ബോധിപ്പിക്കുവാനുണ്ടായി രുന്നു മോനെ.
നരൻ	:	എന്താ കാര്യം?
വൃദ്ധ	:	അതൊക്കെ ഉണ്ട്.
നരൻ	:	പറഞ്ഞോളൂ.
വൃദ്ധ	:	(അൽപ്പം ഭാവം മാറ്റി) അത് പറയേണ്ടവരോട് പറഞ്ഞോളാം. മാലോകരെ മുഴുവൻ അറിയിച്ചിട്ട് ഞാൻ മാനംകെടണോ. തെണ്ടിയാലും മാന ത്തോടെമാത്രേ ഞാൻ തെണ്ടൂ. എന്നേയ്, എന്നെ കൂട്ടത്തിൽപ്പെടുത്തല്ലേ?
നരൻ	:	നടന്നുക്ഷീണിച്ചതല്ലേ? ഒന്നു വിശ്രമിച്ചോളൂ.
വൃദ്ധ	:	അതെനിക്ക് സർവീസാ.
നരൻ	:	ഇവിടേക്കായിട്ടുതന്നെ വന്നതല്ലേ. വിശ്രമിച്ചോളൂ.
വൃദ്ധ	:	അപ്പോൾ ഇവിടത്തെ ആളാണോ?
നരൻ	:	ഇവിടത്തെ ആൾ (പതുക്കെ ചിരിക്കുന്നു) ഞാൻ ഇവിടെയും ഉണ്ട്.
വൃദ്ധ	:	ഈവഴി അച്ചാലും പിച്ചാലും നടന്നതാ. ഇവിടെ യെത്തുമ്പോൾ സംശയം. അതുകൊണ്ട് മുമ്പ് കയറിയില്ല.
നരൻ	:	ഇപ്പോൾ സംശയമില്ല?
വൃദ്ധ	:	ഓ.......... രണ്ടും കൽപ്പിച്ച് ഇന്ന് കയറി. (അക ത്തേക്ക് നോക്കി) വരില്ലേ? പുറത്തു വരില്ലേ?

നരൻ	:	ആര്?
വൃദ്ധ	:	തമ്പുരാൻ.
നരൻ	:	(സംശയിച്ച്) വരും.
വൃദ്ധ	:	എപ്പോൾ? അതിനൊരു നേരവും കണക്കുമൊക്കെ കാണില്ലേ?
നരൻ	:	ഉം................എപ്പോഴെങ്കിലും വരാതെ പറ്റില്ലല്ലോ.
വൃദ്ധ	:	(ഉറക്കെ കോട്ടുവായിട്ട്) തമ്പുരാനെ വയ്യ.
നരൻ	:	പതുക്കെ,
വൃദ്ധ	:	ഒരു ശീലംകൊണ്ടു വിളിച്ചുപോയതാ. (പാട്ടയും ഭാണ്ഡവും വെച്ച് ഒരിടത്തിരിക്കുന്നു).
വൃദ്ധ	:	മോനും സങ്കടംകൊണ്ട് വന്നതാവും അല്ലേ? (നരൻ ചിരിക്കാൻ ശ്രമിക്കുന്നു)
വൃദ്ധ	:	ആവും. അല്ലെങ്കിൽ മെനക്കേടിന് ആരെങ്കിലും ഇവിടെ വന്ന് കാത്തിരിക്കോ? അല്ലേ?
നരൻ	:	എന്നെങ്കിലും വരണമല്ലോ.
വൃദ്ധ	:	തന്നെ. എല്ലാവരും അങ്ങന്യാ പറഞ്ഞത് (വൃദ്ധ അയാളെ നോക്കുന്നു പരിചയപ്പെടാമെന്നുവെച്ച്) തെണ്ടിനടപ്പാണോ?
നരൻ	:	ചിലപ്പോൾ.
വൃദ്ധ	:	അതുശരി. ടെമ്പറവരി. വേറെ വേലയില്ലാത്തപ്പോ. എനിക്ക് ഉള്ളതു പറഞ്ഞാ ടെമ്പറവരിക്കാരായിട്ട് ലോഹ്യല്ല. എന്നാലും തൊഴിലുകാര് അങ്ങട്ടും ഇങ്ങട്ടും അറിഞ്ഞിരിക്കണം. എന്നെ കണ്ടിട്ടുണ്ടാവും ഇല്ലേ?
നരൻ	:	ഉണ്ടാവും...
വൃദ്ധ	:	ഇതെന്താ നെറ്റീല്?
നരൻ	:	ഓ, സാരമില്ല.
വൃദ്ധ	:	ചോരണ്ടല്ലോ......മുറിഞ്ഞോ?
നരൻ	:	സാരമില്ല. ആരോ കുട്ടികൾ കല്ലെടുത്തെറിഞ്ഞ് കളിക്കുകയായിരുന്നു. ഒന്ന് എനിക്കും കൊണ്ടു.
വൃദ്ധ	:	(പിടികിട്ടുന്നുവെന്ന ഭാവത്തിൽ) അങ്ങനെ വരട്ടെ പ്രാന്തുണ്ടല്ലേ?

(നരൻ ഉണ്ടെന്നും ഇല്ലെന്നും പറയുന്നില്ല.)

വൃദ്ധ	:	എന്നെ പറ്റിക്കേണ്ട. കുറച്ചുണ്ട്. പിന്നേയ്, ഇത്തി രി പ്രാന്തുണ്ടാവുന്നത് നല്ലതാ. നടന്നാൽ- ആളു കള് ഒരുമാതിരിക്കാർക്കൊക്കെ ദയതോന്നും. അഞ്ചു കാശും പത്തുകാശും ഒക്കെ പാട്ടേലിടും. ചിലര് അയ്യോ പാവംന്ന് സങ്കടം പറയും (*സ്വരം മാറ്റി*) അത് കാര്യാക്കണ്ട. അധികമായാൽ പിള്ളാ രിട്ട് ഓടിക്കും. പട്ടിയെ അഴിച്ചുവിടും. ഒരിടത്ത് കിടക്കാൻ കൂടി സമ്മതിക്കില്ല. ഒരു ഗുണപാഠം പറഞ്ഞുതരട്ടെ.
നരൻ	:	ഉം.
വൃദ്ധ	:	വേണങ്കി മതി. എനിക്കതിന് സർവീസുണ്ട്.
നരൻ	:	ഗുണപാഠം എവിടെ നിന്നായാലും കേൾക്കണ മല്ലോ.
വൃദ്ധ	:	അങ്ങനെ പറ. ഇത്തിരി പ്രാന്തുണ്ടെങ്കിൽ ഒട്ടും കുറയാതേം ഒട്ടും കൂടാതേം വെച്ചോണ്ടിരുന്നോ. എന്നാ ആലശീലല്ല്യാണ്ട് ഏത് റൂട്ടിലും പൊറു ക്കാം. (*നരൻ മിണ്ടാതിരിക്കുന്നു.*)
വൃദ്ധ	:	ഏതു റൂട്ടിലാ? (*നരനു മനസിലാകുന്നില്ല.*)
നരൻ	:	മനസിലായില്ല.
വൃദ്ധ	:	എന്റെ റൂട്ടിലൊന്നും കണ്ടിട്ടില്ല. (*നരൻ ഇല്ലാ എന്ന് തലയാട്ടുന്നു.*)
വൃദ്ധ	:	എത്ര കാലായി നടക്ക്ണു ഞാൻ. കണ്ടപ്പൊ നല്ല മുഖപരിചയമുള്ളപോലെ. ഒരു ദിവസം ഒരു മിന്ന ലാട്ടം കണ്ടവരെക്കൂടി ഞാൻ മറക്കില്ല.
നരൻ	:	കണ്ടിരിക്കും. പക്ഷേ, ഞാനുടനെ മറന്നിരിക്കും.
വൃദ്ധ	:	ചില വീടുകളിലെ പണിക്കാരത്തികളുടെ ഓർമ. ഹായ്, കണ്ടുപിടിക്കില്ലാന്ന് കരുതി മൂന്ന് പക്കം കയറിയാമതി. ഈറ്റുപാമ്പുപോലെ ചീറീട്ടല്ലേ വര്വാ. നീയല്ലേ തള്ള മിനിഞ്ഞാന്ന് ഉച്ചയ്ക്ക് വന്നത്? പിന്നെ ആട്ടാണ്. അല്ല മോളെ ഞാനൊ രു മാസായി ഈവഴി വന്നിട്ടേ ഇല്ലാന്ന് സാധുത്വം കാട്ട്യാലോ? ഞാൻ വന്ന വരവ്, അവളു നിന്ന നിൽപ്പ്, തന്ന അരീടെ നെറം, തരം, ചൂര്, അതി

ലെത്ര മണിയുണ്ടായിരുന്നുന്നുവരെ പറയും.
പോരേ.

*(നരൻ മിണ്ടുന്നില്ല. തള്ളയുടെ ലൗകികചിന്താ
ഗതി ശ്രദ്ധിച്ച് മന്ദഹസിക്കുന്നു.)*

വൃദ്ധ : അതാ വരുമ്പോ അവിടെങ്ങാണ് വെള്ളം കണ്ടു.
മുറിവൊക്കെ ഒന്നു കഴുകാമ്പാടില്ലേ?

നരൻ : ഓ, സാരമില്ല.

വൃദ്ധ : *(സ്വരംമാറ്റി ഒരു വ്യാപാര രഹസ്യം പറയുന്നതു
പോലെ)* ദേഹത്ത് എവിടെങ്കിലും ഇത്തിരി പഴു
പ്പും വ്രണോണ്ടായാലും റൂട്ടില്‍ നല്ലതാ. പക്ഷേ,
അധികമാവരുത്. അതൊക്കെ മനസിലാക്കിവെ
ച്ചിട്ടുണ്ടാവും അല്ലേ, കള്ളാ.

നരൻ : അമ്മ വിശ്രമിക്കുന്നില്ലേ?

വൃദ്ധ : അങ്ങനെ വിളിക്ക്, എനിക്കിഷ്ടാ. കുരുത്വണ്ടാ
വും. ഞാൻ റൂട്ടിലെറങ്ങിയപ്പോ ഒരു മുടി നരച്ചി
ട്ടില്ല. എന്നിട്ടും എല്ലാവരും വിളിക്കാൻ തുടങ്ങി
തള്ളേന്ന്. പെങ്ങളേന്നല്ല, തള്ളേന്ന്.

നരൻ : അപ്പുറത്തും ഇപ്പുറത്തും ഒഴിഞ്ഞ തളങ്ങളുണ്ട്
കിടക്കാൻ.

വൃദ്ധ : എനിക്ക് കിടന്നാലും ഉറക്കം വരില്ല. ഇപ്പഴിപ്പഴ്
രാത്രിയായാൽ അവന്റെ വിചാരം. വയസുകാല
ത്തും അതാ അവനെക്കൊണ്ടുള്ള ലാഭം.

നരൻ : ആര്?

വൃദ്ധ : എന്റെ മകൻ.

(നരന്റെ മുഖം അസ്വസ്ഥമാവുന്നു.)

നരൻ : അവനെവിടെ?

വൃദ്ധ : ആർക്കറിയും? ചത്തോ, അതോ ജീവനോടെ
ഉണ്ടോ.? അതിനാ ഒരു വ്യവസ്ഥീം ഒറപ്പും ഒക്കെ
വേണ്ടത്, *(തെല്ലിട നിശ്ശബ്ദയാകുന്നു.)* അവന്റെ
കാര്യം കഴിഞ്ഞുന്നറിഞ്ഞപ്പോഴാണ് ഞാൻ
തെണ്ടാനിറങ്ങിയത്. പിന്നെ ഞാനക്കാര്യേ മറ
ന്നു. അതാ വരുന്നു. പിന്നെ നാശം പിടിക്കാൻ,
ഓരോരുത്തര്; സ്വകാര്യത്തില്‍ പറയും. തള്ളേ
മോൻ ചത്തിട്ടില്ല; അങ്ങനെ ചാവ്വൊന്നുല്യ.
പിന്നേം സംശയം ചത്തുന്ന്. പിന്നേം അതിന്റെ
പിന്നാലെ; ചാവില്ല്യാന്ന്.

(തള്ളയുടെ സ്വരത്തിൽ സാവകാശം രോഷം കത്തിപ്പടരുന്നു.)
എനിക്ക് ചിലതൊക്കെ ഇന്നറിയണം. അത് തമ്പുരാൻ പറയണം. തമ്പു
രാനെ മുമ്പിൽ കാണട്ടെ.

നരൻ	:	മുന്നിലെത്തിയാൽ എന്തുപറയും?
വൃദ്ധ	:	അതോ? ആ (സ്വയം മന്ദഹസിച്ച്) അതിന് ഞാൻ വേറെ വെച്ചിട്ടുണ്ട്. ഓരോ വാക്കും തെരഞ്ഞു പിടിച്ച് സൂക്ഷിച്ച് വെച്ചിട്ടുണ്ട് (ആരോടെന്നില്ലാ തെ) അവൻ രക്ഷപ്പെട്ടോ? രക്ഷപ്പെട്ടൂന്ന് കേട്ടിട്ട് എനിക്ക് വിശ്വാസം വരണില്ല. ഉണ്ടെങ്കിൽ അതാ ണ് മായം. ശരിക്ക് മറിമായം. അതും തമ്പുരാന്റെ പണിയാണെന്നല്ല പറയ്ണ്?

(നരൻ വൃദ്ധയെ നോക്കുന്നു.)

നരൻ	:	തമ്പുരാന്റെ വിനോദം!
വൃദ്ധ	:	കൈയും കാലും കെട്ടി അവനെ കൊണ്ടുപോണ ത് ഞാൻ കണ്ടതാ. മുമ്പിലും പിമ്പിലും പോലീ സും പട്ടാളോം. കൊറെദൂരം ഞാൻ കരഞ്ഞു കൊണ്ടു പിന്നാലെപോയി. പട്ടാളം എന്നെ ചവിട്ടി. ഞാൻ വീണു. അവരെന്തോ വിളിച്ചു പറഞ്ഞു. ഞാൻ കേട്ടില്ല. അവരവനീം കൊണ്ടു പോയി.
നരൻ	:	കേട്ടിട്ട് എനിക്ക് തോന്നിയതെന്താണെന്ന് പറയ ട്ടെ? തമ്പുരാനിതിൽ ഒന്നും ചെയ്യാനില്ല.
വൃദ്ധ	:	ഇല്ലേ, ഞാൻ പറഞ്ഞുകൊടുക്കാം....... എന്റെ മോനെ, റൂട്ടിൽ ഇരുന്നൂറ് ഇരുന്നൂറ്റിപത്ത് വീടാ ഞാൻ കയറ്ണ്. നടന്നു വലഞ്ഞ് ഒരിടത്തിരു ന്നാൽ സൈ്വരംണ്ടോ? അവമ്മാർവരും കാലുതൊ ടാൻ. എന്തിന്? അവന്റമ്മേടെ കാലുതൊടാൻ. നമസ്കരിക്കാൻ. പാറ്റേല് കാശിട്ടോ? പിന്നെ അവമ്മാരുടെ വചനം തൊടങ്ങായി.
നരൻ	:	(ചിരിച്ച് ഒരു കൃത്രിമ ശബ്ദത്തിൽ) അവൻ മരി ക്കില്ല. മരിക്കാൻ ഒരിക്കലും ഞങ്ങൾ അനുവദി ക്കില്ല.

(വൃദ്ധ അത്ഭുതപ്പെടുന്നു നരൻ തന്നയോ ഇതു
പറഞ്ഞത് എന്ന ഭാവത്തിൽ. എന്നിട്ട് ഉറക്കെ
പൊട്ടിച്ചിരിക്കുന്നു.)

വൃദ്ധ	:	അതു തന്നെ. അതേ ശബ്ദം അവമ്മാര് പറയു ന്നത് മോനെങ്ങനെ കേട്ടു?
നരൻ	:	വചനങ്ങൾ എപ്പോഴും അങ്ങനെയാവും. തണു ത്ത ശബ്ദം. പൊള്ളയായ മുഴക്കം.
വൃദ്ധ	:	ഞാൻ വിചാരിച്ചമാതിരിയല്ല ആള്. ബുദ്ധിണ്ട്. പെഴക്കാൻ പ്രാന്ത് കാട്ട്യാലും ബുദ്ധി വിടല്ലേ!
നരൻ	:	മകന് വലിയ സ്നേഹമായിരുന്നു. അല്ലേ?
വൃദ്ധ	:	ഉള്ള കാലത്ത് ഒരു ഗുണോം ചെയ്തിട്ടില്ല. വികടേ പറയൂ. ഒരിക്കല് ചോദിക്ക്യാണ് എന്നെ പെറാൻ ഞാൻ പറഞ്ഞോ തള്ളേന്ന്. പിന്നെ...... ഉം പിടിച്ചുകൊണ്ട് പോയപ്പോ കരഞ്ഞു. നാട്ടുമുറ യ്ക്ക് ഏത് തള്ളേം ഇത്തിരി കരയും. കരയണ്ടേ?
നരൻ	:	(ചിരിച്ച്) അവിടെ പാകത്തിനിത്തിരി കണ്ണീര്. കൊറയരുത് അധികമാവരുത്. അല്ലേ?
വൃദ്ധ	:	(കണ്ണടച്ച് രസിച്ച്) തന്നെ..... തന്നെ.
നരൻ	:	ഇതൊക്കെ തമ്പുരാനോടുണർത്തിച്ചിട്ട് എന്തു കാര്യം?
വൃദ്ധ	:	ഉണ്ടാവും. ഉണ്ട്. തമ്പുരാനറിയാത്തത് എന്തുണ്ട്! എല്ലാവരും പറയുന്നത് അതല്ലേ?
നരൻ	:	അമ്മയ്ക്ക് സ്വന്തായിട്ട് വിശ്വാസമില്ലേ?
വൃദ്ധ	:	എന്ന് ഞാമ്പറിയില്ല. ആള്കള് ഒന്നും കാണാതെ പറയില്ല. അപ്പോ ഒന്നു നോക്കാം. പോയാലെന്താ പത്ത് വീടു കയറണ നേരം.
നരൻ	:	അവന്റെ വഴി തമ്പുരാനറിയില്ലങ്കിലോ?
വൃദ്ധ	:	(പരിഹാസത്തോടെ) അങ്ഹാ, അങ്ങനെ ഒഴി യാൻ നോക്കുന്നെങ്കി അതൊന്ന് കാണണം. എന്നോട് തർക്കിച്ച് ജയിക്ക്യോ? എന്റെ വഴി - എനിക്കസെലായിട്ടറിയാം. അപ്പളോ? എത്ര വീട്ടില് കടിക്കുന്ന നായയുണ്ട്, എത്ര വീട്ടിലെ കുട്ടികള് ക്ക് ദയയുണ്ട്. എത്ര വീട്ടില് ജപിച്ചുകൊണ്ടു കയ റണം, ഒക്കെ എനിക്കറിയാം. അവന്റെ വഴി! വേറാ ക്കും വഴിയില്ലാത്തപോലെ. എനിക്ക് കേള്ക്കണ്ട.

(പശ്ചാത്തലത്തില് നിന്ന് ചൂളംവിളികള്. ഒരുവശത്തെ വഴിയില് നിന്ന് പൊടുന്നനെ രംഗത്തിന്റെ അതിര്ത്തിയില് തെരുവുപോക്കിരികള്. മുന്നോട്ടാഞ്ഞ അവര് അത് ഗോപുരനടയാണെന്നു കണ്ടു മുൻപോട്ടു

വെച്ച കാലുകൾ പിൻവലിച്ച് അതിർത്തിയിൽ നിൽക്കുന്നു. അപ്പോൾ
വശത്തെ രണ്ടാംവഴിയിൽനിന്ന്, കോട്ടമതിൽചേർന്ന് എന്ന വണ്ണം
യുവതി പ്രവേശിക്കുന്നു. പരിഭ്രാന്തയാണ്. മുമ്പ് സുന്ദരിയായിരുന്നു.
മുഖത്ത് ക്ഷീണഭാവം, അലസമായ വേഷം.)

(നരൻ, പോക്കിരികൾ, ഇരുവരെയും അടുത്തുകണ്ട് പൊടുന്നനെ
എഴുന്നേറ്റ് ജാഗ്രതയായി നിൽക്കുന്നു. സ്ത്രീയെ നോക്കുന്നു.
തെരുവുപോക്കിരികളെയും. നരൻ "ഉം"? എന്ന് ചോദിക്കുന്നില്ല.
ചോദ്യഭാവത്തിൽ അവരെ നോക്കുന്നു.)

നരൻ	:	(ചോദിച്ചു) നിങ്ങളെന്തിനിവളെ വേട്ടയാടുന്നു?
ഒരാൾ	:	അവൾ വിളിച്ചിട്ടാണ് ഞങ്ങൾ വന്നത്.
സ്ത്രീ	:	(പരിഭ്രമത്തോടെ) ഇല്ല. ഇല്ല.
മറ്റെ ആൾ	:	ഇടവഴികളിലൂടെ അവൾ മുന്നിൽ ചിരിച്ചു ചിരിച്ചു നടന്നു. ആകർഷിക്കാൻ പിന്നേയും പിന്നേയും തിരിഞ്ഞുനോക്കി ചിരിച്ചു.
സ്ത്രീ	:	ഇല്ല. വെറും കളവ്. (നരൻ കൈകൊണ്ട് അവളെ വിലക്കി നിശ്ശബ്ദ യാക്കുന്നു.)
നരൻ	:	(തിരിഞ്ഞ് തെരുവു പോക്കിരികളോട്) ഈ സ്ഥല മറിയുമോ?
പോക്കിരി	:	അറിയാം. അതുകൊണ്ട് ഞങ്ങൾ അതിർത്തികട ന്നില്ല. തിരുനടയിൽനിന്ന് ഞങ്ങളും കള്ളംപറയി ല്ല. അവൾ വിളിച്ചു, ഞങ്ങൾ വന്നു. (വൃദ്ധ ഇതെല്ലാം കണ്ടു രസിക്കുന്നു).
യുവതി	:	അല്ല. (നരനോടും വൃദ്ധയോടുമായി) ഞാൻ വന്നത് ഇവിടേക്കാണ്. എനിക്കൊരു സത്യമുണ്ട്. ഞാൻ ഇത്രയും ദൂരം നടന്നത് ഇവിടെ എത്താ നാണ്.
വൃദ്ധ	:	തെരുവുവിളക്കില്ലാത്ത എത്ര വഴിയുണ്ടെടി പെണ്ണേ? ഇവിടേക്കാരെങ്കിലും കൊണ്ടുവര്വോ?
യുവതി	:	അയ്യോ.......ഞാൻ
വൃദ്ധ	:	പറയേണ്ട. അധികം പറയേണ്ട. കണ്ടപ്പഴേ നിന്റെ റൂട്ട് മനസിലായി.
പോക്കിരി ഒന്ന്	:	ചിരിച്ചു ചിരിച്ചു തിരിഞ്ഞുനോക്കി ഇവൾ മുമ്പേ നടന്നു.

വൃദ്ധ	:	അതിന്റെ ഭാഷ നിങ്ങള് പറഞ്ഞതു തന്നെ.
പോക്കിരി രണ്ട്	:	ഒരിക്കല് തിരിഞ്ഞു നിന്നു മാടിവിളിച്ചു.
യുവതി	:	(നരനോട്) ഇല്ല. എന്നെ വിശ്വസിക്കൂ.
നരന്	:	എന്റെ വിശ്വാസത്തിനും അവിശ്വാസത്തിനും പ്രസക്തിയില്ല.
യുവതി	:	ഞാന് ധൃതിയില് നടക്കുകയായിരുന്നു. ഒരു പടി വാതില്ക്കല്നിന്ന് കുഞ്ഞുങ്ങള് എന്നെ നോക്കി ചിരിച്ചു. ചെറിയ കുഞ്ഞുങ്ങള്, പൂവുപോലത്തെ കുഞ്ഞുങ്ങള്, ഞാനും ചിരിച്ചു. കൂട്ടത്തില് ചെറിയ കുട്ടി എന്തോ വിളിച്ചുപറഞ്ഞു. അപ്പോഴും തിരിഞ്ഞു നോക്കി.
പോക്കിരികള്	:	ഇവിടെയായിപ്പോയി. സത്യം ഛര്ദിപ്പിക്കാന് അറിയാഞ്ഞിട്ടല്ല.
യുവതി	:	(നരനോട്) അകലെ എത്തിയപ്പോഴും ഒരുകുഞ്ഞ് എന്തോ വിളിച്ചുപറഞ്ഞു. ഞാന് കൈയുയര്ത്തി യാത്രപറഞ്ഞ് തിരക്കിട്ടു നടന്നു. ഇതാണ് സത്യം.
പോക്കിരികള്	:	നിന്റെ സത്യം.
കാവല്ക്കാരന്റെ ശബ്ദം	:	(അകത്തുനിന്ന്) ആരവിടെ ആരവിടെ? ഓടി ക്കോ ഓടിക്കോ.

(കാവല്ക്കാരന് ചാട്ട ചുഴറ്റിക്കൊണ്ട് രംഗത്തേക്കുവരുന്നു. യുവതിയെ കണ്ട് തെല്ല് വിസ്മയത്തോടെ, അമ്പരപ്പോടെ.)

കാവല്ക്കാരന്	:	അഭയം തേ ഭഗിനീ!
യുവതി	:	എന്റെ തമ്പുരാനേ!
കാവല്	:	അകത്താണ്, ഞാനിവിടത്തെ ദാസന് മാത്രം. (ചാട്ടവീശി ചുവടുവെച്ച് കളം ശുദ്ധമാക്കുന്നു.) (തെരുവുപോക്കിരികള് പിന്വാങ്ങുന്നു.)
കാവല്	:	സങ്കടപ്പട്ടികയിലെഴുതണോ? എഴുതണമെന്നില്ല. അകത്തിരുന്നാലും അദ്ദേഹം കാണും. കേള്ക്കും നിനക്കെന്തുവേണം? (യുവതി ശാന്തയാകുന്നു)
യുവതി	:	(ആരോടെന്നില്ലാതെ) എനിക്ക് വിശക്കുന്നു. മൂന്നു ദിവസമായി ഞാനൊന്നും കഴിച്ചിട്ടില്ല.

(വൃദ്ധ നിശ്ശബ്ദമായ ചിരിയോടെ യുവതിയെ നോക്കുന്നു.)

വൃദ്ധ	:	പാവം.

കാവല്‍	:	വിശപ്പുകൊണ്ടാരും ഇവിടെ വരാറില്ല.
നരന്‍	:	വിശപ്പ് ഇവിടത്തെ ഗ്രന്ഥത്തിലും പട്ടികയിലും പെടില്ല?
കാവല്‍	:	അവരെത്തേണ്ട ഇടങ്ങള്‍ വേറെ. അതിന് തമ്പുരാന്റെ ചേരിക്കല്ലുകളുണ്ട്, സത്രങ്ങളുണ്ട്, കലവറകളുണ്ട്, അളവുകാരുണ്ട്.
വൃദ്ധ	:	(അതീവ താല്‍പ്പര്യത്തോടെ) ഉള്ളതോ? കാവലേമാന്‍, ഉള്ളതോ.? എവിടെയാണ് സത്രം.?
കാവല്‍	:	ഉണ്ട്, എവിടെയോ ഉണ്ട്. എനിക്ക് ഈ ഗോപുരത്തിന്റെ സൂക്ഷിപ്പേ വകുപ്പുള്ളൂ.
യുവതി	:	ഒരു സത്രവും ഞാന്‍ കണ്ടില്ല. തുറന്നിട്ട ഒരു കലവറയെപ്പറ്റിയും ഒരാളും പറഞ്ഞില്ല.
വൃദ്ധ	:	പട്ടിണികെടക്കേണ്ടി വരില്ലല്ലോ നെന്റെ ഈ പ്രായത്തില്‍.
യുവതി	:	എനിക്ക് വയ്യ, വിശന്നിട്ട് വയ്യ.
വൃദ്ധ	:	(നരനോട്) അവള്‍ക്ക് ശരിക്കും വിശപ്പുണ്ട്. ആ ഭാഷ എനിക്ക് കേട്ടാലറിയാം. ഇങ്ങോട്ടുവാ......

(വൃദ്ധ തകരപ്പാട്ട എടുത്ത് നീക്കിവെക്കുന്നു.)

ഇന്നാ. ഏതോ നല്ല വീട്ടിലെ കുട്ടി തന്നതാ. ഒരു കഷണം അപ്പം തൊടാതെ വെച്ചിട്ടുണ്ട്. നേരം വെളുത്താലത്തെ കഥ മനുഷ്യനറിയ്യോ? അതുകൊണ്ട് എന്നും ഇത്തിരി ഞാന്‍ ബാക്കിവയ്ക്കും.

കാവല്‍	:	അപ്പുറത്തും ഇപ്പുറത്തും കല്‍ത്തളങ്ങളുണ്ട്. (യുവതിയെ നോക്കി) വേണ്ടുവോളം വിശ്രമിക്കൂ. ആരും ഇവിടെ അപസ്വരമുണ്ടാക്കരുത്.

(അകത്തേക്കു മറയുന്നു.)

(വൃദ്ധ തകരപ്പാട്ടയില്‍നിന്ന് അപ്പമെടുത്ത് കൊടുക്കുന്നു. യുവതി അതുവാങ്ങി ചവയ്ക്കുമ്പോള്‍)

വൃദ്ധ	:	(പെട്ടെന്നോര്‍ത്ത് നരനോട്) അയ്യോ നിന്റെ കാര്യം ഞാന്‍ ചോദിക്കാന്‍ മറന്നു. വല്ലതും തിന്നോ മോനേ.
നരന്‍	:	എനിക്ക് വിശപ്പില്ല.

(യുവതി അത് ആര്‍ത്തിയോടെ ഭക്ഷിച്ച് ആരോടെന്നില്ലാതെ ആകാശത്തേക്ക് കണ്ണുക ളുയര്‍ത്തുന്നു.)

യുവതി	:	എന്റെ തമ്പുരാനേ, എന്റെ തമ്പുരാനേ എന്തിന് പരീക്ഷിക്കുന്നു.

(നരൻ അവളെ ശ്രദ്ധിക്കുന്നു.)

(നരനെ ശ്രദ്ധാപൂർവം നോക്കുന്നു. അവൾ കണ്ണുകൾ താഴ്ത്തി.)

യുവതി	:	ഞാനവരെ കണ്ടില്ല, സത്യം. കണ്ടത് ചിരിക്കുന്ന കുഞ്ഞിന്റെ മുഖമാണ്. കാണാവുന്നത്ര ദൂരം ഞാൻ തിരിഞ്ഞുനോക്കി. ആരും എന്നെ തെറ്റിദ്ധ രിക്കല്ലേ.

(യുവതി പതുക്കെ മുഖം കുനിച്ച് തേങ്ങുന്നു. അവളുടെ കണ്ണീർത്തു ള്ളികൾ അയാളുടെ കാലിൽ വീണു എന്ന സൂചന.)

നരൻ	:	അരുത്, അരുത്. ആരും തെറ്റിദ്ധരിക്കുന്നില്ല. ഇവി ടെ കരയരുത്.

(യുവതി നിറഞ്ഞ കണ്ണുകളോടെ നരനെ നോക്കുന്നു.)

നരൻ	:	തമ്പുരാൻ.................(സംശയിച്ച്) തമ്പുരാൻ നിന്റെ ദുഃഖമറിയുന്നു.
വൃദ്ധ	:	മോളെ, നിന്റെ പേരെന്ത്?

(യുവതി വൃദ്ധയെ നോക്കുന്നു. പെട്ടെന്ന് മറുപടി പറയുന്നില്ല.)

വൃദ്ധ	:	പലേടത്തും പല പേരാവും. എന്നാലും നാട്ടുമൊ റയ്ക്ക് ചോദിച്ചതാ.
യുവതി	:	(നരനോട്) അവിടന്ന്..........അവിടന്ന് പുറത്ത് വരി ല്ലേ?
നരൻ	:	എല്ലാവരും കാത്തിരിക്കുന്നു.
യുവതി	:	അകത്തിരുന്നാലും അദ്ദേഹമറിയില്ലേ? എന്റെ വിശപ്പറിയില്ലേ? എന്റെ സത്യമറിയില്ലേ?
നരൻ	:	ക്ഷമിക്കൂ. സമയം വരുന്നു.
വൃദ്ധ	:	പെണ്ണേ, നിന്റെ റൂട്ട് മോശമായതിന് തമ്പുരാൻ എന്തു പിഴച്ചു?
യുവതി	:	അതും ശരിയാണ്. പിഴച്ചത്.......പിഴച്ചത് ഒരു പക്ഷേ എനിക്കാവും.
വൃദ്ധ	:	അപ്പറഞ്ഞ ഭാഷ വേറെ.
യുവതി	:	നിങ്ങൾക്ക് മനസിലാവണ്ട. എനിക്ക് പറയാനു ള്ളത് തമ്പുരാനോടാണ്.
വൃദ്ധ	:	മട്ടുമാറണ്ട. പറഞ്ഞോ വിസ്തരിച്ച് പറഞ്ഞോ.

അപ്പോ ഞാനും കൂട്ടിനുണ്ട്. പക്ഷേ എന്റെ വാക്കുകൾ വേറെ. (നരനെ ഉദ്ദേശിച്ച്)

ഇയാൾക്ക് ഒരു സങ്കടോംല്യ, ആവശ്യത്തിന് വേണ്ട പ്രാന്തുണ്ട്.

(നരൻ ദുഃഖത്തോടെ ചിരിക്കുന്നു. യുവതി നരനെ സൂക്ഷിച്ചു നോക്കുന്നു.)

യുവതി	:	(വിരൽ ചൂണ്ടി എന്തോ പറയുവാൻ ഭാവിച്ച് ഒരുങ്ങി.) അല്ല - ആവില്ല.
യുവതി	:	ഒന്നുമില്ല. ഞാനെന്തോ സംശയിച്ചു. പെട്ടെന്ന്. (ഒന്നുകൂടി വിലയിരുത്തിക്കൊണ്ട് നോക്കി) പേര്?
നരൻ	:	എന്തും വിളിക്കാം. നരൻ എന്നും ആവാം.
വൃദ്ധ	:	അവള് ഒരു നാട്ടുമുറയ്ക്ക് ചോദിച്ചതാ, തമ്പുരാനേ. വയ്യ!

(അകത്തെ നടയിലെ അന്ധകാരത്തിൽനിന്ന് ചാട്ടയടിക്കുന്ന ശബ്ദം "നിശ്ശബ്ദം നിശ്ശബ്ദം" എന്ന വായ്ത്താരിയോടെ കാവൽക്കാരൻ കടന്നുവരുന്നു.)

കാവൽ	:	കാത്തുകിടക്കാൻ അനുവാദം വേണമെങ്കിൽ ആരും ശബ്ദിക്കരുത്. തമ്പുരാൻ വിശ്രമിക്കുമ്പോൾ കാറ്റോടില്ല, കടലലറില്ല, ഇലയനങ്ങില്ല. തമ്പുരാനുവേണ്ടി ഞാൻ കൽപ്പിക്കുന്നു. നിശ്ശബ്ദം!

(ഓരോരുത്തരെ നോക്കുന്നു. വൃദ്ധയോട്)

തള്ളേ, കിടക്കണമെങ്കിൽ ആ കൽത്തളത്തിലെവിടെയെങ്കിലും കിടന്നോ.......

വൃദ്ധ	:	എനിക്ക് ഇരുന്നാലും കെടന്നാലും കണക്കാ. കാവലേമാൻ കിടന്നോ........
കാവൽ	:	(യുവതിയോട്) സ്ത്രീയേ നിനക്കും വിശ്രമിക്കാ നിടമുണ്ട്. ഉറങ്ങേണ്ടവർക്കൊക്കെ ഉറങ്ങാം. (നര നോട്) ഉറങ്ങാൻ കഴിയുമെങ്കിൽ തനിക്കുമുറ ങ്ങാം. തമ്പുരാൻ പുറത്തുവരുമ്പോൾ ദിക്കുകളു ണരും. കാഹളങ്ങൾ മുഴങ്ങും. എല്ലാവർക്കും അതുവരെ ശാന്തമായി വിശ്രമിക്കാം. പുറത്തെ കൽത്തളങ്ങളെല്ലാം എപ്പോഴും അശരണർക്കായി തുറന്നുകിടക്കും.

(കാവൽക്കാരൻ അധികാരത്തിന്റെ ചിഹ്നമായ നക്ഷത്രം ഒന്നുകൂടി തട്ടി. താക്കോൽ ഒന്നുകൂടി ഉറപ്പിച്ച് വന്നവഴി മറയുന്നു. യുവതി ചമ്രം

പടിഞ്ഞ് പത്മാസനത്തിലെന്നപോലെ ഇരിക്കുന്നു. അപ്പോൾ പരിഭ്രമമു
ണ്ടെങ്കിലും തൽക്കാലം രക്ഷപ്പെട്ടുവെന്ന ഭാവത്തിൽ കൈയിലും
കാലിലും പാതിഅഴിഞ്ഞ വെച്ചുകെട്ടലുകൾ ഉരച്ചുകൊണ്ട് രോഗി
ധൃതിയിൽ കടന്നുവരുന്നു. കൈയിൽ ഊന്നുവടി.)

രോഗി : (വന്ന വഴിനോക്കി) തമ്പുരാനേ, ഇത്തവണ തടി
തപ്പി.

(വൃദ്ധയുടെ അടുത്തിരിക്കാൻവേണ്ടി വടികൊണ്ട് സ്ഥലം വെടിപ്പാക്കു
മ്പോൾ)

വൃദ്ധ : ഒന്നുമാറി നിക്കെടോ. തന്റെ കുഷ്ഠംപിടിച്ച കാല്
എന്റെ മൊഖത്ത് ഒരയ്ക്കണ്ട.

രോഗി : ഫ്ഫ. കുഷ്ഠം നിന്റപ്പനാ.

(രോഗി ഇരുന്ന് കാലിലെ ശീലത്തുണ്ടുകൾ അഴിക്കുന്നു. ശ്രദ്ധാപൂർവം
അവ അഴിച്ചുമാറ്റി കെട്ടിയ ഭാഗം തടവുന്നു. വൃദ്ധയും നരനും അത്
ശ്രദ്ധിക്കുന്നു. യുവതി അപ്പോഴും ഒരുതരം ധ്യാനത്തിലാണ്.)

വൃദ്ധ : അങ്ങനെ വരട്ടെ, അപ്പം കുഷ്ഠമില്ല. ആളിത്തിരി
ഡൂപ്പാണ്. എന്നാലും നാറ്ണ്ടല്ലോ.

രോഗി : അവമ്മാര് കൊറച്ചുമുമ്പ് ചാണകവെള്ളം ഒഴിച്ചു.

നരൻ : അതാണോ സങ്കടം?

രോഗി : (ഒട്ടും രസിക്കാതെ) പറയേണ്ട ആളോട് പറ
ഞ്ഞോളാം. അതിന്റെ സമയമാവട്ടെ.

വൃദ്ധ : വെച്ചുകെട്ടിനടന്നാലൊന്നും ഇപ്പം രക്ഷയില്ല.
മക്കളേ. മാളോര് വിദ്യയൊക്കെ പഠിച്ചുപോയി.
ഇതിലും നല്ല ഡൂപ്പുണ്ട്.

രോഗി : തള്ളയ്ക്ക് സർവീസ് കൂടും.

വൃദ്ധ : പിന്നല്ല. വേണങ്കി നോക്കിക്കോ താടി കൊറച്ചും
കൂടി നീട്ടി നാല് കാശിന്റെ കാവി വാങ്ങി മുണ്ട്
മുക്കിക്കൊ. എന്നിട്ട് നടന്നുനോക്ക്.

രോഗി : (പരിഹസിച്ച്) ഓ, ഞാൻ വിചാരിച്ചു ഏതാണ്ട്
പുതിയ വിദ്യ പറയാമ്പോവാണ്ന്. രക്ഷല്ല്യ
രണ്ടിനും മാർക്കറ്റൊന്നാ ഇപ്പോ. കുഷ്ഠത്തിനും
കാവിക്കും.

വൃദ്ധ : റൂട്ട് കൊറെ കണ്ടവനാ അല്ലേ വീരാ?

രോഗി : കാവീടേ കൂടെ ശ്ലോഹം വേണം.

വൃദ്ധ : അതെന്താ.

രോഗി : ശ്ലോഹം ശ്ലോഹം. ആളുകൾക്ക് പിടികിട്ടാത്ത വല്യവല്യ ശ്ലോഹം. എന്നാ ചോറുണ്ട്. വിശപ്പി നെന്തെങ്കിലുംണ്ടോ പാട്ടേല്.

(അപ്പോഴെല്ലാം യുവതി ഒരുതരം ധ്യാനത്തിലും നരൻ സ്വന്തം ചിന്തയി ലുമാണ്. യുവതി ചുറ്റുമുള്ളത് ശ്രദ്ധിക്കുന്നില്ല. നരൻ എല്ലാം കേൾക്കു ന്നു. ശ്രദ്ധിക്കുന്നു.)

വൃദ്ധ : പിന്നേ വരുന്നവന്മാരെ അവളുമ്മാരെ പോറ്റാനല്ലേ ഞാൻ ഇരിക്കണത്. *(എഴുന്നേറ്റ് യുവതിയെ നോക്കി)* പെണ്ണ് മയങ്ങ്വാണോ.

(യുവതി കണ്ണുതുറക്കുന്നു.)

വൃദ്ധ : വാ നമുക്കപ്പുറത്ത് ചെന്ന് കിടക്കാം.

(നരനോട്) ശംഖുവിളി കേട്ടാൽ ഞാനുണരും. എന്നാലും ഒന്ന് വിളിച്ചേ ക്ക് മോനേ. ആറ്റുനോറ്റു വന്ന് ആ നേരം നോക്കി നമ്മളൊരങ്ങി, കാണാണ്ടുപോയി എന്ന അപഖ്യാതി വേണ്ട. വാ പെണ്ണേ.

(വൃദ്ധയും യുവതിയും എതിർവശത്തേക്ക് മറയുന്നു. നരനും രോഗി യും രംഗത്ത്)

നരൻ : ഇപ്പോൾ രോഗമൊന്നുമില്ല അല്ലേ?

(രോഗി 'ഇവനാര്' എന്ന മട്ടിൽ നരനെ നോക്കുന്നു. ഈർഷ്യയോടെ മറുപടി പറയുന്നില്ല)

നരൻ : പ്രായമായാലും നല്ല ആരോഗ്യം.

(രോഗി കുറേക്കൂടി അസ്വസ്ഥനാവുന്നു. അയാൾക്ക് നരന്റെ വാക്കുകൾ തീരെ പിടിക്കുന്നില്ല.)

നരൻ : തൊഴിലൊന്നുമറിയില്ലേ?

രോഗി : *(ക്രുദ്ധനായി)* അറിയും. തെണ്ടാൻ.

നരൻ : താഴെ മണ്ണും പണിയായുധം പിടിക്കാൻ പത്തു വിരലുകളുമുള്ളപ്പോൾ എന്തു ദുഃഖം?

(രോഗി ചിരിക്കുന്നു. വികൃതമായ ചിരി)

രോഗി : അറിയാം. പഴയ വാചകങ്ങൾ, അതൊക്കെ പറ ഞ്ഞവന്മാർ തന്നെ മറന്നു എന്നാ ഞാൻ ധരിച്ചു വെച്ചിരുന്നത്. ഹേയ്, അതിൽ ഒരു വാചകം വിട്ടു പോയി. *(വേറൊരു ശബ്ദത്തിൽ)* മുന്നിൽ വിശാ ലമായ ഈലോകം. അതൊക്കെ പഠിപ്പിച്ചിട്ടാ എന്നെയും ഇറക്കിയത്.

(നരൻ മന്ദഹസിക്കുന്നു.)

രോഗി		:	തന്റെ കൈ നീട്ട്. ഉം....... കാണട്ടെ.

(നരൻ കൈ നീട്ടുന്നില്ല.)

മനസിലായി. തന്റെ കൈയിലൊരു തഴമ്പും കാണില്ല.

(നരൻ മന്ദഹസിച്ച് കൈ നോക്കുന്നു.)

നരൻ		:	പണ്ട് മഹാരോഗിയായിരുന്നു അല്ലേ?

രോഗി		:	ഓമനപ്പേരൊന്നും പറയേണ്ട. കുഷ്ഠം. എന്തേ?

നരൻ		:	അല്ല വെറുതെ ചോദിച്ചതാണ്.

(രോഗി എന്തോ തന്നോടുതന്നെ പിറുപിറുക്കുന്നു. പ്രേക്ഷകർ കേൾ
ക്കില്ല. നരൻ മന്ദഹസിക്കുന്നു.)

നരൻ		:	സങ്കടക്കാരുടെ കൂടെ ചേരാൻ ഇവിടെ എത്തിയ
			താണോ? വെറുതെ ചോദിക്കുകയാണ്. ഒരു
			വെറും ജിജ്ഞാസ.

രോഗി		:	(പരിഹാസത്തിൽ) ഇപ്പോ ഭാഷ വേറെയാണല്ലോ.

നരൻ		:	മനസിലായില്ല.

രോഗി		:	മനസിലാവാത്ത ഭാഷ അറിയുമെങ്കി അത്യാവശ്യ
			ത്തിന് പറഞ്ഞു താ. വയസുകാലത്തായാലും
			പഠിക്കാം. പുതിയ വാചകങ്ങൾ. എന്നാ പിന്നെ
			കാവിയോ മഞ്ഞയോ മുക്കി ഒരിക്കൽക്കൂടി ഒന്ന്
			നോക്കാം.

(നരൻ ചിരിച്ച് തലയാട്ടുന്നു. രോഗിയെ നോക്കുന്നു. എന്നിട്ട് തെല്ലു നിമി
ഷങ്ങൾക്കുശേഷം ചൊല്ലിത്തുടങ്ങുന്നു.)

അംഗം ഗളിതം പലിതം മുണ്ഡം

ദശനവിഹീനം ജാതം തുണ്ഡം

വൃദ്ധോയാതി ഗൃഹീത്വാ ദണ്ഡം

തദപി നമുഞ്ചത്യാശാ പിണ്ഡം

(രോഗി നരനെ താൽപ്പര്യപൂർവം നോക്കുന്നു. നരൻ മന്ദഹസിക്കുന്നു.)
തുടരുന്നു.

അഗ്രേ വഹ്നി പൃഷ്ഠേ ഭാനുഃ

രാത്രൗ ചിബുക സമർപ്പിത ജാനുഃ

കരതല ഭിക്ഷസ്തരുതല വാസ-

സ്തമപദപി നമുഞ്ചത്യാശാപാശഃ

രോഗി		:	നന്ന്

നരൻ	:	ഉം?
രോഗി	:	നന്ന്
നരൻ	:	അർഥമറിയണോ?
രോഗി	:	അരുത്. അർഥം പാടില്ല. അങ്ങനെ കുറച്ചെന്തെ
ങ്കിലും ഒച്ചയുണ്ടാക്കിയാൽ എനിക്ക് ഭിക്ഷതരാ
നും ആളുകൾ മത്സരിക്കില്ലേ? എല്ലാറ്റിനും
യോഗം വേണം.
നരൻ	:	ഭിക്ഷ കിട്ടാത്തതാണ് ദുഃഖം.
രോഗി	:	ഉം, പരിഹസിക്ക്. പരിഹസിക്ക്.
നരൻ	:	വെറുതെ ചോദിച്ചതാ. സങ്കടക്കാരുടെ സങ്കേത
ത്തിലൊരു സാമാന്യ സൗഹൃദം.
രോഗി	:	അങ്ങനെ ഭാഷമാറ്റി എന്നെ പരിഹസിക്കണ്ട.
സങ്കടമുണ്ട്. സങ്കടമല്ല അതിനപ്പുറമുണ്ട്. താൻ
കേട്ടോ, രണ്ടാലൊന്ന് അറിഞ്ഞേ ഞാനിവിടന്ന്
പോകൂ. അല്ലെങ്കി ഞാനീ ഭണ്ഡാരപ്പെട്ടി പൊളി
ക്കും. ഈ കോട്ടവാതിൽ ഞാനിടിച്ച് നിരപ്പാക്കും.
നരൻ	:	പതുക്കെ. കാവൽക്കാരൻ കേൾക്കണ്ട.
രോഗി	:	കേൾക്കണം. ആരുമില്ലേടാ തമ്പുരാന്റെ ദല്ലാള
ന്മാർ ആരുമില്ലേടാ ഇവിടെ?

*(അയാൾ നടയുടെ നേർക്ക് നീങ്ങുമ്പോൾ നരൻ പിടിക്കുന്നു. രോഗി
കുതറുന്നു. നരൻ ബലംപ്രയോഗിച്ച് അയാളെ നിർത്തുന്നു.)*

| നരൻ | : | പതുക്കെ. പതുക്കെ. കാവൽക്കാരന്റെ ചാട്ടയടി
വീണ്ണാൽ എനിക്കൊന്നും ചെയ്യാനാവില്ല. നിയമം
പാലിക്കൂ. |
| രോഗി | : | ആരുടെ നിയമം? തെണ്ടുന്നതിന് ആരെങ്കിലും
നിയമമുണ്ടാക്കിയിട്ടുണ്ടോ? പുഴുവന്ന അപ്പം
എറിഞ്ഞു കൊടുക്കാൻ നിയമമുണ്ടോ? വലിയ
വാക്കുകൾ പറയുന്നവരുടെ ഭിക്ഷയ്ക്ക് ആയിരം
പേരെ ക്ഷണിക്കുമ്പോൾ പടിക്കൽ, എത്ര എച്ചിൽ
പട്ടിക്ക്, എത്ര എച്ചിൽ മനുഷ്യന് എന്ന് നിയമമു
ണ്ടോ? |

*(അപ്പോൾ പശ്ചാത്തലത്തിൽനിന്ന് അടുത്തെത്തുന്ന ആരവം. സ്വർണ
ഫ്രെയ്മുള്ള കണ്ണടയും മീശയും ജുബ്ബയുമൊക്കെയുള്ള പ്രമാണിയായ
ഒരാൾ വരുന്നു. നിൽക്കുന്നു. ആരവം അടുത്തെത്തുന്നു.)*

"ചോരക്കൊതിയാ മൊതലാളീ
ചിരിച്ചുകൊല്ലും കൊലയാളീ
അരമനകേറിയ എരവാളീ
പകരം ഞങ്ങള് ചോദിക്കും."

(മുതലാളി പരിഭ്രാന്തനാണെങ്കിലും അത് പുറത്തുകാട്ടാതെ തെല്ല് ജാള്യത്തോടെ നിൽക്കുന്നു.)

"ചോരക്കൊതിയാ മുറാളാ
ചിരിച്ചുകൊല്ലും കാട്ടാളാ
അലിവറിയാത്തൊരു മേലാളാ
ഞങ്ങടെ വിഹിതം തന്നാളാ"

(ഒരുമിച്ച് കുറെ പേർ ചേർന്ന്)

"മുറാളാ കാട്ടാളാ
കാട്ടാളാ മുറാളാ
കൊലയാളീ മുതലാളീ
മുതലാളീ, കൊലയാളീ."

(കാവൽക്കാരൻ ചാട്ടചുഴറ്റിക്കൊണ്ട് വരുന്നു.)

കാവൽ   :   കളത്തിൽ വന്നു കളിക്കല്ലേ, എന്റെ കളത്തിൽ
                    വന്നു കളിക്കല്ലേ.

(മുദ്രാവാക്യങ്ങൾ നിശ്ശബ്ദമാകുന്നു.)

ഒടുക്കത്തെ രാത്രിയാണിത്. ഒടുക്കത്തെ രാത്രി. ഒരു കണ്ണടയ്ക്കാൻ സമ്മതിക്കില്ല. പൊയ്ക്കോ. മാറിക്കോ.

(ചാട്ട ചുഴറ്റുന്നു.)

മുതലാളി   :   ഹാവൂ (സമാധാനമായി ചുറ്റുംനോക്കി) പോയയോ?

കാവൽ   :   പോയി. ഇവിടെ ഈ തട്ടകത്തിനകത്ത് കാൽ
                    കുത്തില്ല. ഭയപ്പെടേണ്ട.

(എതിർവശത്തെ വഴികാണിച്ച്) ദാ ഇനി ആ വഴി നേരെ നടന്നാൽ മതി.

(മുതലാളി സംശയിച്ച് നിൽക്കുന്നു.)

രോഗി   :   (ചിരപരിചയം കൊണ്ട്) ഏമാനേ, ഒരു കാശ്.

(കാവൽക്കാരൻ പൊടുന്നനെ ചാട്ടവീശുന്നു. രോഗി ഞെട്ടുന്നു.)

കാവൽ   :   തിരുനടയിൽവെച്ചും തെണ്ടുന്നോ പാപി?

രോഗി   :   (കാവൽക്കാരനോട്) അറിയാതെ പറഞ്ഞുപോയ
                    താണേ. ശീലദോഷം.

(കാവൽക്കാരന്റെ കണ്ണുവെട്ടിച്ച് നിശ്ശബ്ദമായി വീണ്ടും യാചിക്കുന്നു.)

മുതലാളി	:	*(നരനോടും രോഗിയോടും കാവൽക്കാരനോടു മായി)* ഞാനും ഇവിടെ കുറച്ച് തങ്ങട്ടെ.
രോഗി	:	അത് നന്നായി, നിങ്ങളൊക്കെ ഇവിടെ വന്നാൽ ഞങ്ങളിനി സങ്കടംകൊണ്ട് എവിടെപ്പോവും?
കാവൽ	:	എല്ലാവർക്കും ഇടമുണ്ടിവിടെ.
രോഗി	:	അത് കഷ്ടാണേയ്. അപ്പം പക്ഷഭേദം വരും.
കാവൽ	:	ഇവിടെ പക്ഷഭേദമില്ല. പന്തിത്തിരിവില്ല.
രോഗി	:	വേഷമില്ലേ *(മുതലാളിയെ നോക്കി)* ഈ വേഷം കണ്ടാൽ ആദ്യം ആരും അകത്ത് വിളിക്കും. വേഷം കെട്ടി വരുന്നവർക്കാണ് ആദ്യം സീറ്റ്, ഏത് തമ്പുരാന്റെ മുമ്പിലും.
നരൻ	:	തനിക്കിനിയും ഈ തിരുസന്നിധിയെ വിശ്വാസ മില്ലേ?
രോഗി	:	തനിക്ക് ശ്ലോഹമറിയും. ശരി. പക്ഷേ, എന്റെ ത്ര ലോകമറിയോ?
മുതലാളി	:	എനിക്ക് വയ്യ. ഓടിയോടി ഞാൻ തളർന്നു.
നരൻ	:	ഇരുന്നോളൂ. *(ആരോടെന്നില്ലാതെ)* സങ്കടക്കാ രുടെ വരവ് ഈ രാത്രി അവസാനിക്കില്ലേ?
കാവൽ	:	മുതലാളിക്കും സങ്കടം?
മുതലാളി	:	എന്നെ ഇവിടെവെച്ചിങ്ങനെ വിളിക്കല്ലേ.
രോഗി	:	ഞാൻ കാശ് ചോദിക്കുമെന്ന് കരുതി സ്ഥാനം മാറ്റണ്ട.
കാവൽ	:	മുതലാളി, അല്ലെങ്കിൽ നേതാവോ!
രോഗി	:	രണ്ടും ഒന്നുതന്നെ.
മുതലാളി	:	എന്നെ തമ്പുരാന്റടുത്തെത്തിക്ക്.
കാവൽ	:	ആയില്ല. ഇവിടെ വേറെയും ആളുകൾ കാത്തിരി പ്പുണ്ട്.
മുതലാളി	:	*(അത് പിടിക്കാതെ)* ഈ തെണ്ടികളെപ്പോലെ ഞാനും കാത്തുകിടക്കണോ?
രോഗി	:	*(സ്വരം താഴ്ത്തി മുതലാളിയോട്)* ഇപ്പഴാ കൈമട ക്കത്തിനുള്ള അവസരം.
മുതലാളി	:	എന്നെ ശരിക്ക് മനസിലായില്ല.

| കാവൽ | : | *(മുതലാളിയെ പരിഹാസത്തോടെ നോക്കി)* ചെങ്കോലും കിരീടവുമൊന്നും കണ്ടില്ല. എന്റെ അറിവിൽ അതുള്ളത് തമ്പുരാന് മാത്രമാണ്. *(നട ക്കുന്നു)* ഇനിയെങ്കിലും സൈ്വരമായി ഒരു കണ്ണട യ്ക്കാമോ ആവോ. |

(അകത്തേക്ക് പോവുന്നു.)

രോഗി	:	ഒന്നടങ്ങിയിരി പെരിയവരെ.
മുതലാളി	:	*(കാവൽക്കാരൻ പോയ വഴി നോക്കി)* ഒരു പിച്ചാ ത്തിക്ഷണംകൊണ്ട് നാടിനെ വിറപ്പിച്ചവനാ ഞാൻ. ഇപ്പോൾ ആർക്കും എന്റെ തലയിൽ കയ റാം. എനിക്കും വന്നല്ലോ ഈ ഗതികേട്.
രോഗി	:	കാലക്കേട് *(നരനോട്)* ഇതിനെന്തെങ്കിലും ശ്ലോ ഹംണ്ടോ. ചെല്ലിക്കൊട്.

(മുതലാളി അസ്വസ്ഥനായി രംഗത്താകെ നടക്കുന്നു. ഭണ്ഡാരപ്പെട്ടിയും തിരുനടയുമെല്ലാം നോക്കുന്നു. നിരാശനായി ആദ്യം നിന്ന ഇടത്തു തന്നെ വന്നുനിൽക്കുന്നു. അയാളുടെ ചലനങ്ങൾ നരൻ സാകൂതം നോക്കുന്നു.

നിശ്ശബ്ദത

രംഗമാകെ ഒന്നുകൂടി മങ്ങുന്നു. പശ്ചാത്തലത്തിൽനിന്നും രാത്രിയുടെ സംഗീതം. നരൻ, രോഗി, മുതലാളി ഇവർ പരസ്പരം ബന്ധപ്പെടാതെ സ്വന്തം ചിന്തകളിൽ മുഴുകി നിൽക്കുന്നു.)

മുതലാളി	:	*(നരനെ നോക്കി)* തന്നെ കണ്ടാൽ തെണ്ടിയാ ണെന്ന് തോന്നില്ല.
നരൻ	:	തോന്നിയാലും കുഴപ്പമില്ല.
രോഗി	:	പെരിയവരെ, കഴിയുമെങ്കിൽ ഇയാൾക്ക് ഒരു പണികൊടുക്ക്. പണിയുടെ മേന്മയെപ്പറ്റി വലിയ വാചകമൊക്കെ പറയാനറിയാം.
മുതലാളി	:	വാചകക്കാരെ പണിക്കുവച്ചതുകൊണ്ടാണനർ ഥം. പണിതരാം. ആർക്കുവേണമെങ്കിലും പണി തരാം. ഞാൻ ചൂണ്ടിയാൽ ചൂണ്ടിയവനെ തട്ട ണം. ഒരു തിരി ഊതിക്കെടുത്തുന്നത്ര എളുപ്പ ത്തിൽ. ഒരു തെളിവും കിട്ടരുത്. അങ്ങനെ ആരെ ങ്കിലുമുണ്ടോ? പണിയുണ്ട്.
രോഗി	:	ആരെയാ പേടി?

(മുതലാളി അവനെ ശ്രദ്ധിക്കുന്നില്ല.)

രോഗി	:	ഞാൻ മതിയോ? അസലായി വെച്ചുകെട്ടി പടിക്ക ലിരുന്നാമതി. പിരിവുകാരും ചുങ്കക്കാരും വരില്ല. സേവക്കാരും വരില്ല.

(പെട്ടെന്ന് നിശ്ശബ്ദതയെ പിളർക്കുന്ന ആർത്തനാദം പശ്ചാത്തലത്തിൽ മൂന്നുപേരും നടുങ്ങുന്നു.)

(യുവതി പരിഭ്രാന്തയായി നിലവിളിച്ച് ഓടിവരുന്നു.)

യുവതി	:	ഇവിടെയുമില്ലേ അഭയം.
നരൻ	:	എന്ത്? എന്തുപറ്റി?

(യുവതി പരിഭ്രാന്തയായി അകത്ത് വന്ന വഴിയിലേക്ക് നോക്കുന്നു.)

യുവതി	:	ആരോ..........ആരോ.........എന്നെ.............

(കരയാൻ ഭാവിക്കുന്നു.)

രോഗി	:	സ്വപ്നം കണ്ടതാവും.

(നരൻ ചിന്താമഗ്നനാവുന്നു.)

മുതലാളി	:	ഞാൻ ഇവിടെനിന്ന് അനങ്ങിയില്ല. ഇവിടെത്ത നെയുണ്ടായിരുന്നു. നിങ്ങൾ രണ്ടുപേരും സാക്ഷി കളാണ്.
നരൻ	:	ആരും നിങ്ങളെ സംശയിച്ചില്ല.
മുതലാളി	:	ആരാന്റെ ഗർഭംകൂടി എന്റെ തലയിൽ ഏറ്റിവെ ക്കാൻ ശ്രമിച്ചവരുണ്ട്. അതുകൊണ്ട് നേരത്തെ ഞാൻ കൈകഴുകുന്നു.
രോഗി	:	സ്വപ്നം കണ്ടതാവും ന്റെ പെങ്ങളെ. ചിലര് ഒറക്കത്തിലൊക്കെ സ്വപ്നം കാണില്ലേ? അറിയാ മ്പാടില്ല. എനിക്ക് സ്വപ്നേ ഇല്ല.
യുവതി	:	സ്വപ്നത്തിലാരെങ്കിലും പിടിവലി നടത്തോ? (കൈത്തണ്ടയിലും ദേഹത്തും നോക്കി) എവിടെ യോ നഖംകൊണ്ട് കീറി. ഞാൻ കുതറി ഓടി.

(കാവൽക്കാരൻ സാവധാനത്തിൽ പഴയ പ്രസരിപ്പില്ലാതെ കണ്ണുതുടച്ച് വരുന്നു.)

യുവതി	:	ഞാൻ കുതറി ഓടി. ഇരുട്ടിൽ ആളെ കണ്ടില്ല.
കാവൽ	:	തോന്നിയതാവും. പഴയ കൊത്തളങ്ങളല്ലേ, ദുഃസ്വ പ്നം കാണും. കുതിരക്കുളമ്പടി കേൾക്കും ചിലർക്ക്. ഇതിപ്പോൾ.........ആദ്യമാണ്.

(ഉറക്കച്ചടവോടെ വൃദ്ധ, യുവതിവന്ന വഴിയിൽനിന്നുതന്നെ വരുന്നു.

വൃദ്ധ രംഗത്ത് ഗൗരവത്തിൽ നിൽക്കുന്നവരെക്കണ്ട് പൊട്ടിച്ചിരിക്കുന്നു. എല്ലാവരും വൃദ്ധയെ നോക്കുന്നു.)

രോഗി : തള്ളയും സ്വപ്നം കണ്ടോ?

വൃദ്ധ : കെടന്നാലും എനിക്കൊറക്കം വരില്ല. കേൾക്ക ണോ പൂരം? കണ്ണടച്ചുകിടക്കുമ്പൊ ഒരുത്തൻ വന്ന് എന്നെ തപ്പിത്തടയ്യാ......ഞാൻ മിണ്ടിയില്ല. എവടംവരെ പോവും. എന്നിട്ടു കഴുവേറി എന്നെ ചവുട്ടിക്കടക്കുമ്പം ഒരു ശാപവാക്കും പറഞ്ഞു.

(വാത്സല്യത്തോടെ യുവതിയെ നോക്കി.)

നെന്നെപ്പറ്റി ദുഷ്ടത്തരം വിചാരിച്ചത് എന്റെ തെറ്റാ മോളെ. റൂട്ട് ഇത്തിരി തെറ്റിയാ എവളും അപ്പം കരയില്ല. ബഹളം കൂട്ടി ഓടിപ്പോ വേണ്ടല്യു.

കാവൽ : തള്ളേ, നിനക്കും ഭ്രാന്താ. ഈ തിരുനടയിൽ (വാക്കുകൾക്ക് അയാൾ മനസിൽ തപ്പിതടയുന്ന തുപോലെ) ഈ തിരുനടയിൽ...... ഈ തിരുനട യുടെ കൽത്തളങ്ങളിൽ അങ്ങനെ സംഭവിക്കില്ല. ഒരു ദുഃസ്വപ്നം കണ്ടതാവും. അത് മറന്നേക്കൂ. ഒരു ദുഃസ്വപ്നം.

(വൃദ്ധ പൊട്ടിച്ചിരിക്കുന്നു. എന്നിട്ട് മടിയിൽനിന്ന് എന്തോ തപ്പി - പുറത്തെടുത്ത് നീട്ടുന്നു. പ്രകാശിക്കുന്ന നക്ഷത്രം. അധികാരത്തിന്റെ ചിഹ്നം. കാവൽക്കാരൻ നടുങ്ങുന്നു. മറ്റുള്ളവർ അന്തംവിട്ട് കാവൽ ക്കാരന്റെ നക്ഷത്രചിഹനമില്ലാത്ത മാറിൽ നോക്കുന്നു.)

വൃദ്ധ : ദുഃസ്വപ്നത്തിന്റെ മാറത്ത് നക്ഷത്രംണ്ടാവ്വോ? (കാവൽക്കാരന് നീട്ടി) കെട്ടിമറിയലിൽ അവിടെ വീണതാ. അവിടെത്തന്നെ കുത്തിക്കോ, മാറത്ത്.

(കാവൽക്കാരൻ ജാള്യത്തോടെ അത് വാങ്ങുന്നു.)

കാവൽ : ഞാൻ...........ഞാൻ.

നരൻ : നീ..........നീ.

(നരൻ പതുക്കെ കാവൽക്കാരനെ സമീപിക്കുന്നു. കാവൽക്കാരന്റെ ധൈര്യം അസ്തമിക്കുന്നു. നരൻ കൈ നീട്ടുന്നു. ചാട്ടയുടെ നേരെ. കാവൽക്കാരൻ സംശയിക്കുന്നു. അറിയാതെ അയാളുടെ ആജ്ഞാ ശക്തിക്കുമുമ്പിൽ വഴങ്ങിയപോലെ ചാട്ടനീട്ടുന്നു. പിന്നെ നിശ്ചയദാർ ഢ്യത്തോടെ പിൻവലിക്കുന്നു. നരൻ പൊടുന്നനെ ചാട്ട പിടിച്ചുവാങ്ങു ന്നു. എന്നിട്ട് കാവൽക്കാരന്റെ മുമ്പിലായി അത് വായുവിൽ ചുഴറ്റിയടി ക്കുന്നു. കാവൽക്കാരൻ നടുങ്ങി പിൻവാങ്ങുന്നു.)

നരൻ	:	തിരുനടയുടെ കാവലാളൻ നീയോ?
കാവൽ	:	ഭ്രാന്താ, എന്റെ ചാട്ട താ.

(മുതലാളി അടുത്തുനിൽക്കുന്ന സ്ത്രീയോട് അകന്നുനിൽക്കാൻ ആംഗ്യം കാട്ടുന്നു. നരൻ വീണ്ടും ചാട്ടയടിക്കുന്നു.)

വൃദ്ധ	:	മോനെ, ഞാൻ പറഞ്ഞത് മറക്കല്ലേ. ആവശ്യ ത്തിന് മതി. ഒന്ന് പൊട്ടിച്ച് മടക്കിക്കൊടുത്തേക്ക്.
നരൻ	:	(ഉന്മത്തഭാവത്തിൽ) മിണ്ടരുത്. ആരും മിണ്ടരുത്. (ചാട്ടചുഴറ്റി) എല്ലാ സങ്കടക്കാരും ഇവിടെ വരട്ടെ.

(കാവൽക്കാരൻ പുതിയൊരു ധൈര്യത്തോടെ നരനെ സമീപിക്കുന്നു.)

കാവൽ	:	എന്റെ ആയുധം.
നരൻ	:	(ചാട്ടയടിച്ച് അസ്വാസ്ഥ്യം കലർന്ന ശബ്ദത്തിൽ) വരുവിൻ, ദുഃഖത്തിന്റെ ഭാരം ചുമക്കുന്നവരേ വരുവിൻ, എല്ലാവരും ഈ തിരുനടയിലേക്ക്.

(രംഗം ഇരുളുന്നു. അവർ നിഴലുകളാവുന്നു. ചാട്ടയടിയുടെ ശബ്ദം ഇടയ്ക്കിടെ. പശ്ചാത്തലത്തിൽനിന്ന് ആദ്യം അവ്യക്തമായും പിന്നെ പതുക്കെ പതുക്കെ ഉയർന്ന ഭജനഗാനം. ആദ്യം ഭക്തിയായിരുന്നു ഭാവം. പിന്നെ പോർവിളിപോലെയായിരുന്നു. ഇപ്പോൾ ദുഃഖച്ഛായ കലർന്നതാണ്.)

-കർട്ടൻ-

(കർട്ടൻ വീണശേഷവും ആ സംഗീതം നിൽക്കാതെ കുറേക്കൂടി തുടരുന്നു.)

2

(അതേ രംഗം. അതേ സംവിധാനം. കർട്ടനുയരുമ്പോൾ രംഗമധ്യ ത്തിലെ പ്രകാശവൃത്തത്തിൽ ചാട്ടവാറുയർത്തി നിൽക്കുകയാണ് നരൻ. അയാൾ ഒരു പീഠത്തിനുമേലായതുകൊണ്ട് മറ്റുള്ളവരിൽനിന്ന് കുറേക്കൂടി ഉയരത്തിലാണ്. നരൻ ശാന്തനായി മന്ദഹസിക്കുന്നു. നരന്റെ മുമ്പിലായി വൃദ്ധ, രോഗി, മുതലാളി, യുവതി, കാവൽക്കാരൻ രംഗത്തിന്റെ പാർശ്വത്തിലായി അവർക്ക് പിന്നിലായി വേറെയും ചിലർ. അവർക്ക് പേരോ വ്യക്തിത്വമോ ഇല്ല. സാക്ഷികളും പങ്കാളികളുമാവാം അവരെല്ലാം. മങ്ങിയ വെളിച്ചത്തിൽ നിഴലുകളെപ്പോലെ എന്തെങ്കിലും പറയാൻ നരന്റെ നേരെ നീങ്ങുമ്പോൾ മാത്രം ഓരോരുത്തരെ വെളിച്ചത്തിൽ കാണും.)

നരൻ	:	വരുവിൻ, ഞാൻ നിങ്ങൾക്ക് പ്രായശ്ചിത്തങ്ങളും പരിഹാരങ്ങളും പറഞ്ഞുതരാം. (വൃദ്ധയോട്) സ്ത്രീയേ, ആദ്യം നിന്റെ പരാതി കേൾക്കട്ടെ.
വൃദ്ധ	:	(വെളിച്ചത്തിന്റെ വക്കിലേക്ക് വന്ന്) അതേയ് അത് ഞാൻ തമ്പുരാനോട് പറഞ്ഞോളാം.
നരൻ	:	നമുക്കെല്ലാവർക്കും ചേർന്ന് കേൾക്കാം. തമ്പു രാൻ വരാൻ ചിലപ്പോൾ കാലങ്ങൾ കാത്തിരി ക്കേണ്ടിവരും. അതിനുമുമ്പ് നമുക്ക് പറയുക. നാം എവിടെ എത്തിനിൽക്കുന്നു എന്ന് സ്വയം അറിയുക.
കാവൽ	:	(മറ്റുള്ളവരോട്) അറിയുക!

നരൻ	:	ഇത് നീതിപീഠമാണെന്നു സങ്കൽപ്പിക്കുക.
കാവൽ	:	(പരിഹാസത്തിൽ) സങ്കൽപ്പിക്കുക!
നരൻ	:	നമ്മളിലാരെങ്കിലും ന്യായവിചാരം നടത്തുന്ന തമ്പുരാന്റെ സ്ഥാനത്ത് ഇരിക്കുക.
കാവൽ	:	(പരിഹസിച്ചുകൊണ്ട്) ഇരിക്കുക. തമ്പുരാനായി ട്ടിരിക്കുക.
നരൻ	:	(സദസിനോടും മുന്നിലുള്ളവരോടുമായി) ഒരു വിനോദത്തിന്, ഈ രാത്രിയിലെ കാത്തിരിപ്പിന്റെ ഭാരം ചുരുക്കാൻ കൂട്ടരെ നമുക്കൽപ്പം നാടകം കളിക്കുക.
കാവൽ	:	(രണ്ടടി മുന്നോട്ടുവെച്ച് മറ്റുള്ളവരോടായി) ഞാനേയ്, ഞാനിയാളുടെ കണ്ണിൽ അണിയറ യിൽനിന്ന് ഓടിപ്പോന്ന കോമാളിയായിരുന്നു. (തിരിഞ്ഞ് നരനെ നേരിട്ട്) ഇപ്പോൾ താനോ?
നരൻ	:	(ചിരിച്ച്) എനിക്കൊരു വിശേഷണം വേണോ? നിർബന്ധമാണോ? എന്നാൽ തന്റെ സംതൃപ്തി ക്കുവേണ്ടി പറയാം. കിരീടം മറന്ന് കളിയരങ്ങ ത്തു വന്ന രാജാവ് മതിയോ?
വൃദ്ധ	:	(ഉത്സാഹത്തോടെ) കുട്ടികൾ കളിക്കുമ്പോലെ കളിമൊരപോലെ ഒരാളെ തമ്പുരാനായിട്ടിരുത്. (ആരെ വേണമെന്ന് നോക്കി) ആ മൊതലാലി ഇരി.
മുതലാളി	:	വയ്യ, വയ്യ. അഭിനയിച്ച് അഭിനയിച്ച് പണ്ടേ ഞാൻ തളർന്നിരിക്കുന്നു.

(മുതലാളി രോഗിയെ നോക്കുന്നു.)

രോഗി	:	എന്നെ നോക്കണ്ട. എന്നെ നോക്കണ്ട (നരനോട്) താൻ തന്നെ ഇരിക്ക്. തനിക്ക് വലിയ വാചക മെടുത്ത് കളിക്കാനറിയാം. (പതുക്കെ) അർഥമറി യില്ലെങ്കിലും.

(പശ്ചാത്തലത്തിൽനിന്ന് പടഹധ്വനി. അവരെല്ലാവരും രംഗത്തിന്റെ എതിർവശത്തേക്ക് നോക്കുന്നു. പടഹധ്വനി നിൽക്കുമ്പോൾ രംഗത്തിന്റെ അതിർത്തിയിൽ കറുത്ത വസ്ത്രങ്ങളും വിളറിയ മുഖവുമുള്ള ഒരാൾ. അയാൾ നിയമം ലംഘിച്ച് കടക്കുമോ എന്നറിയാൻ-നരനൊഴികെ രംഗത്തുള്ളവർ ഉത്സുകരാവുന്നു.)

കാവൽ	:	(ഒരടി നരന്റെ നേരെ നീങ്ങി, പതുക്കെ)

എന്റെ ചട്ട താ – എന്റെ ചട്ട താ.

നരൻ   :   (വിലക്കുന്നു.)

(സന്ദർശകൻ മന്ദഹാസത്തോടെ നടക്കുന്നു. കൂടിനിൽക്കുന്നവരെ ശ്രദ്ധി
ക്കുന്നില്ല. നോട്ടം നരനിൽ തന്നെയാണ്.)

സന്ദർശകൻ   :   നാം വീണ്ടും കണ്ടുമുട്ടുന്നു.

നരൻ   :   സ്വാഗതം.

സന്ദർശകൻ   :   ഞാൻ പിന്നിലുണ്ടായിരുന്നു.

നരൻ   :   അറിയും.

(സന്ദർശകൻ ഭണ്ഡാരപ്പെട്ടിയുടെമേൽ ശ്രദ്ധാപൂർവം കാൽ വെക്കുന്നു.)

വൃദ്ധ   :   തമ്പുരാനേ!

കാവൽ   :   കഥയറിയാതെ കളിക്കുന്നോ?

സന്ദർശകൻ   :   (നരനെ ഉദ്ദേശിച്ച്) ഞങ്ങൾ ഒരിക്കൽ കളിച്ച് സമ
                നിലയിൽ പിരിഞ്ഞവരാണ്.

രോഗി   :   (സ്വകാര്യമായി മറ്റുള്ളവരോട്) ഭ്രാന്തൻജയിലി
                ലെ കാവൽക്കാരനാണോ (സന്ദർശകനോട്)
                വിട്ടേക്കൂ. ഇയാളെക്കൊണ്ടൊരുപദ്രവവുമില്ല.

സന്ദർശകൻ   :   കളി തുടരണ്ടേ?

നരൻ   :   ഞങ്ങൾ ഞങ്ങളുടെ വിനോദം ആരംഭിക്കുക
                യായിരുന്നു. അതുവരെ ക്ഷമിക്കില്ലേ ചങ്ങാതീ.

കാവൽ   :   (മറ്റുള്ളവരോട് പതുക്കെ) രണ്ടുപേരും ചങ്ങാതി
                മാരാണ്.

സന്ദർകൻ   :   ആവശ്യത്തിൽക്കൂടുതൽ ഒരിടത്തും നമ്മളൊരി
                ക്കലും തങ്ങാറില്ല.

നരൻ   :   ക്ഷമിക്കണം. ഇത് കഴിയുന്നതുവരെ. അങ്ങ്
                അരങ്ങ് ഒരുക്കിക്കഴിഞ്ഞ നിലയ്ക്ക് ഞാനിത്
                അവസാനിപ്പിക്കട്ടെ.

സന്ദർശകൻ   :   (ചുറ്റുമുള്ളവരെ നോക്കുന്നു.)

നരൻ   :   മുമ്പൊരിക്കലും ഞാനൊരപേക്ഷയുമായി നിന്നി
                ട്ടില്ലല്ലോ.

സന്ദർശകൻ   :   (കാലെടുക്കുന്നു. എന്നിട്ട് നരനോട്) ഞാൻ പുറ
                ത്തുണ്ട്. കളികഴിയുന്നതുവരെ കാത്തുനിൽക്കു
                ന്നുണ്ട്, (തിരിഞ്ഞ്) എന്റെ ക്ഷമയ്ക്ക് അതിരില്ലെ
                ന്നത് പ്രസിദ്ധമല്ലേ.

(പൊട്ടിച്ചിരിച്ചുകൊണ്ട് പുറത്തേക്ക് പോകുന്നു)

കാവൽ	:	രംഗബോധമില്ലാത്ത ഈ കഥാപാത്രം ആര്?
നരൻ	:	*(ചിന്തയോടെ മന്ദഹസിക്കുന്നു)*
		മറ്റൊരു വിദൂഷകൻ
കാവൽ	:	ആവശ്യത്തിനൊരാൾ ഞാനുണ്ടായിരുന്നല്ലോ ഇവിടെ.
നരൻ	:	വലിയ വിദൂഷകൻ *(പൊള്ളച്ചിരി)* അയാൾ ചിരി ക്കുമ്പോൾ ആളുകൾ കരയും. അയാൾ കരയു മ്പോൾ ആളുകൾ ചിരിക്കും.
രോഗി	:	കളി നടക്കട്ടെ.

(കാവൽക്കാരൻ പൂർണമായ ആത്മവിശ്വാസം കാട്ടി ചിരിക്കുന്നു.)

നരൻ	:	മുമ്പോട്ടുവരണം.

(കാവൽക്കാരൻ മുമ്പോട്ട് വരുന്നു. നരൻ ചാട്ട നീട്ടുന്നു. ആദ്യം വാങ്ങാ നാഞ്ഞുവെങ്കിലും പിന്നെ സംശയിക്കുന്നു. വാങ്ങുന്നില്ല.)

കാവൽ	:	എന്തിനാ?
നരൻ	:	പന്ത്രണ്ടടി അടിക്ക്!
കാവൽ	:	ആരെ.
നരൻ	:	തന്റെ ദേഹത്തെ. എന്നിട്ട് സങ്കടപുസ്തകത്തി ലെഴുതിവെക്ക് അധികാരത്തിന്റെ ഒരു നക്ഷത്ര ചിഹ്നത്തിന്റെ ഭാരം.

(കാവൽക്കാരൻ പിൻവാങ്ങി.)

കാവൽ	:	*(വിഡ്ഢിച്ചിരിയോടെ മറ്റുള്ളവരോട്)* കൂട്ടരെ തമാശയാണ്. നേരമ്പോക്ക്.
വൃദ്ധ	:	എന്റെ മോനേ ഞാമ്പറഞ്ഞത് ഓർമിച്ചോ, പാക ത്തിന് മതി. ഇപ്പോ കൊറച്ച് കൂടണ്ണ്ട്.
നരൻ	:	നിശ്ശബ്ദം! വാക്കുകൾ, വലിയ വാക്കുകൾ കരുതി വെച്ചോളൂ. സ്ത്രീയേ, നിന്റെ ഊഴം വരുന്നുണ്ട്.

(രോഗി മുഖത്ത് ക്രൗര്യത്തോടെ വെളിച്ചത്തിലേക്ക് വരുന്നു.)

രോഗി	:	താനാണോ ഇപ്പോൾ തമ്പുരാൻ?
നരൻ	:	അങ്ങനെ സങ്കൽപ്പിക്കുക. പറയൂ തന്റെ പരാതി.
രോഗി	:	തനിക്ക് കേൾക്കണോ? ശരിക്ക് കേൾക്കണോ?

(പെട്ടെന്ന് സ്വരം മാറ്റി) എടുക്കെടോ നേർച്ചപ്പെട്ടീടെ താക്കോൽ.

വൃദ്ധ	:	*(യുവതിയോട്)* കളിതമാശ പറയാണ്.

യുവതി	:	(പരിഭ്രമിച്ച്) ഈ കളിക്ക് ഞാനില്ല.

യുവതി : (പരിഭ്രമിച്ച്) ഈ കളിക്ക് ഞാനില്ല.

വൃദ്ധ : നേരമ്പോക്കിന് നമ്മളെല്ലാം പറയണം. ഞാനും പറയും. നീയും പറയണം.

യുവതി : എനിക്ക് വയ്യ.

രോഗി : (അലറുന്നു.) എടുക്കെടോ നേർച്ചപ്പെട്ടിയുടെ താക്കോൽ.

വൃദ്ധ : (രോഗിയോട്) പതുക്കെ മതി. പതുക്കെ.

നരൻ : എന്താ തന്റെ ദുഃഖം?

രോഗി : (പുച്ഛത്തിൽ) ഒരു ദുഃഖോല്ല്യ. എന്റെ കാശെട്. എന്റെ നേർച്ചക്കാശെട്.

നരൻ : അറിയില്ലേ, തമ്പുരാന് ആരുടെയും പൊന്നും പണവും വേണ്ട.

കാവൽ : (പഴയ പല്ലവിപോലെ) കനകരത്നവൈഡൂര്യ ശേഖരങ്ങളുടെ മുകളിൽ

നരൻ : (ചാട്ടയടിച്ച്) മിണ്ടരുത് (രോഗിയെ ഉദ്ദേശിച്ച്) ഇനി ഇയാളുടെ ഊഴമാണ്. നേർച്ചപ്പെട്ടിയിലിട്ട കാശ്. (ആലോചിക്കുന്നു.) കാണിക്കയിടാൻ തമ്പുരാൻ ആവശ്യപ്പെടാറില്ലല്ലോ.

രോഗി : വെളിപാട് കിട്ടിയവരൊക്കെ വന്നു പറഞ്ഞു. ഉള്ള തും ഇല്ലാത്തതും പറഞ്ഞു. കണ്ണില്ലാത്തവന് കണ്ണ്. ചെവിയില്ലാത്തവന് ചെവി.

വൃദ്ധ : കുഴമില്ലാത്തവന് കുഴം.

രോഗി : (തള്ളയെ ആട്ടുന്നു.) പ്ഫ! അവരുപറഞ്ഞത് ഞാനും കേട്ട്. നാടുമുഴുവൻ അവമ്മാര് പറയു മ്പോൾ ആരും കേൾക്കും. നേർച്ചപ്പെട്ടിയില് കാശിട്ടു നോമ്പുനോറ്റു (പതിഞ്ഞ മറ്റൊരു സ്വര ത്തിൽ) കുഴം മാറി.

കാവൽ : തമ്പുരാന്റെ ഹിതം.

നരൻ : അരോഗദൃഢഗാത്രം.

രോഗി : (പെട്ടെന്ന് ക്ഷോഭിച്ച്) ഗാത്രംണ്ടായാ മതി. ഗാത്രം. തെണ്ടാനിറങ്ങിയാൽ പിടിച്ച് നിർത്തി പിള്ളാര് കെട്ടഴിപ്പിക്കും. കടക്കാർ ചൂടുവെള്ളമൊഴിക്കും. ഇന്ന് കാലത്തും തലയിൽ ചാണകപ്പട്ട കമഴ്ത്തി. കുറ്റം? കള്ളവേഷം. തെണ്ടാൻ പറ്റിയ കള്ളമില്ലാ ത്ത ഒരു വേഷം പറഞ്ഞുതാ.

കാവൽ	:	(രോഗിയോട്) താൻ ക്ഷോഭിക്കരുത്. തള്ള പറഞ്ഞ പോലെ ഇതൊരു കളിതമാശയല്ലേ?
രോഗി	:	(പുച്ഛത്തിൽ) തന്റെ കളിതമാശടെ മട്ട് (യുവതി യെ നോക്കി) ഈ പെണ്ണെ കണ്ടുള്ളൂ. താൻ മിണ്ടല്ല. (നരനോട്) എന്റെ നേർച്ചക്കാശ്.
നരൻ	:	അതു തിരിച്ചുകിട്ടിയാൽ തീരുമോ തന്റെ ദുഃഖം?
രോഗി	:	വേണ്ട. എന്റെ രോഗം തിരിച്ചുതന്ന് എന്നെ തെണ്ടാനനുവദിക്ക്.
നരൻ	:	പുഴുത്ത വിരലുകൾ. ദ്രവിക്കുന്ന സന്ധികൾ. ചോരയും ചലവും വ്രണങ്ങളുമായി ഇനിയും തെണ്ടാം.
രോഗി	:	അപ്പോ കാശ് കിട്ടും. പീടികക്കാർ പുറത്തേക്ക് വല്ലതും എറിഞ്ഞുതരും. ഒരു പടിക്കലും നിൽ ക്കേണ്ടിവരില്ല. വേലക്കാർ ഓടിവന്ന് വല്ലതും എറി ഞ്ഞിട്ടു തരും.

(നരൻ നിസ്സഹായതയോടെ നിൽക്കുന്നു. രോഗി ശരിക്കും നരൻ തമ്പുരാ നാണെന്ന മട്ടിൽ അവസാനഭാഗം മുട്ടുകുത്തി ആവേശം കലർന്ന ഭാവത്തോടെ)

രോഗി	:	നിങ്ങള് മറുപടി പറ. തമ്പുരാനല്ലെങ്കിൽ കൂടി നിൽക്കുന്ന നിങ്ങളാരെങ്കിലും. ഒന്നുകിൽ രോഗം തിരിച്ച് തന്ന് എന്നെ തെണ്ടാൻ അനുവ ദിക്ക്. അല്ലെങ്കിൽ എന്നെ കൊന്നുതാ. അതിന് നേർച്ചപ്പെട്ടീല് കൈമടക്കിടാൻ വേറെ കാശില്ല തമ്പുരാനേ. എന്നെ കൊന്നുതാ.
വൃദ്ധ	:	(മുട്ടുകുത്തി നിൽക്കുന്ന രോഗിയെ നോക്കി രസി ച്ച്) കളി നടക്കട്ടെ. (യുവതിയോട്) അവനതിന്റെ മൊറയും നെറിയുമറിയാം.
നരൻ	:	(ആകാശത്തിലേക്ക് നോക്കി) ദൈവമേ, ദൈവമേ, എല്ലാവർക്കുംവേണ്ടി ഞാൻ തിരുമുമ്പിൽ മൊഴി തരാൻ പോകുന്നു. ഉത്തരം കൊടുക്കാൻ എനിക്ക് കരുത്ത് തരണേ.
വൃദ്ധ	:	(യുവതിയുടെ ചുമൽ പിടിച്ചു കുലുക്കി) ഇവനും കളി അറിയാം. നടക്കട്ടെ. വെളിച്ചത്തിലേക്ക് നിൽ. ആരും നിന്നെ പൊത്തിപ്പിടിക്കാൻ വരില്ല ഇവിടെ.

(യുവതി അറച്ചറച്ച് വെളിച്ചത്തിലേക്ക് വരുന്നു. കാവൽക്കാരൻ അപ്പോൾ പിന്നിലേക്ക് മാറുന്നു. യുവതി നെടുവീർപ്പിട്ടു സ്വയം നിയന്ത്രിക്കുന്നു.)

നരൻ	:	നിന്റെ പേര്?
യുവതി	:	എനിക്ക് ഈ വിചാരണ വേണ്ട.
വൃദ്ധ	:	കളിയല്ലേ? നല്ലതാ. തമ്പുരാൻ വരുന്നതിന് മുമ്പേ പറഞ്ഞിത്തിരി തർക്കം പിടിച്ചാൽ പരിഭ്രമം തീരും. പിന്നെ നേരെചൊവ്വേ ചോദിക്കാം.
നരൻ	:	നമുക്ക് സത്യം തേടുക. അതിന് എല്ലാവരും സഹ കരിക്കുക. നിന്റെ പേര്?
യുവതി	:	പലേടത്തും പലേ പേരായിരുന്നു.
വൃദ്ധ	:	അപ്പോ ഞാനാദ്യം പറഞ്ഞതുതന്നെ നേര്.
രോഗി	:	ആദ്യംമുതൽക്ക് തുടങ്. നിന്റെ കഥകേൾക്കാൻ എന്നും എവിടേയും ആള് കൂടും.
നരൻ	:	പിന്നെയും ദുഃഖം ബാക്കി?
യുവതി	:	ഇപ്പോൾ എനിക്ക് വിശപ്പാണ്.

(നരൻ അവളെ നോക്കുന്നു. പിന്നിൽ നിന്ന് മുതലാളി പൊട്ടിച്ചിരിക്കുന്നു. അവരെല്ലാം തല തിരിച്ച് നോക്കുന്നു.)

മുതലാളി	:	അതാണോ ഇത്ര വലിയ ദുഃഖം?
വൃദ്ധ	:	പെരിയവരേ, തനിക്കങ്ങനെ തോന്നും.
യുവതി	:	*(മുതലാളിയോട്)* നിങ്ങൾ വിശപ്പറിഞ്ഞിട്ടുണ്ടോ? ഭക്ഷണം ദൈവത്തേക്കാൾ മുമ്പ് പ്രത്യക്ഷപ്പെട നേ എന്ന് തോന്നുന്ന വിശപ്പ്. *(തിരിഞ്ഞ് നരനോ ട്)* വിശപ്പറിഞ്ഞിട്ടുണ്ടോ?

(നരൻ മിണ്ടുന്നില്ല.)

നരൻ	:	തമ്പുരാനെന്തു ചെയ്യണം.
യുവതി	:	എന്റെ പടിവാതിൽക്കൽ ആളുകൾ കാത്തുകിട ന്നു. ഇടവഴിയിൽ വണ്ടിക്കുതിരകൾ അയവിറക്കി നിന്നു. അകത്തുവരുന്നവരൊക്കെ പൊന്നും പണ വും ആദ്യം നിരത്തി. എന്നിട്ടിപ്പോൾ.
വൃദ്ധ	:	നിന്റെ റൂട്ടിലുള്ളോർക്ക് അങ്ങന്യാ. ഉള്ളകാല ത്തുണ്ടാക്കിവെച്ചില്ലെങ്കിൽ പിന്നെ കഷ്ടാ. നിന്നെ ആരാ മോളെ ആദ്യം പെഴപ്പിച്ചത്.
യുവതി	:	എനിക്കതു കേട്ട് മടുത്തു. കാലത്തോളം പഴക്ക മുള്ള ഈ ചോദ്യം. എന്റെ ഉറക്കറയിലെ സമയം വിലയ്ക്ക് വാങ്ങിയവരെല്ലാം ചോദിച്ചിട്ടുണ്ട്

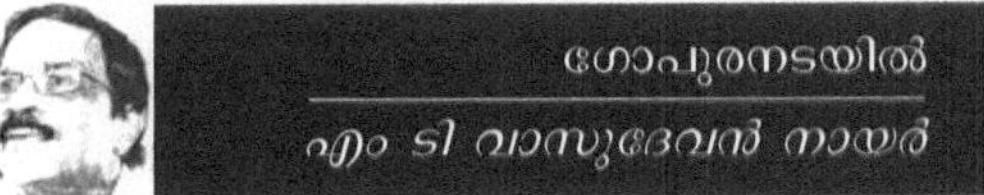

നാണംകെട്ട ഈ ചോദ്യം. എന്നെ ആരും പിഴപ്പിച്ചി
ട്ടില്ല.

നരൻ : തെറ്റ് സ്വയം വരിച്ചു.

യുവതി : തെറ്റോ, എന്റെ ശരീരം എനിക്ക് ക്ഷേത്രമായി
രുന്നു. എന്റെ സ്വന്തം ക്ഷേത്രം. അവിടെ ഒരാരാധ
കൻ വരുന്നത് ഞാൻ കാത്തിരുന്നു. വന്നു. അതി
ലൊരു തെറ്റും ഞാൻ കാണുന്നില്ല.

രോഗി : (പുച്ഛത്തിൽ) പിന്നെ എല്ലാവർക്കും തൊഴാൻ നട
തുറന്നു.

നരൻ : (ചാട്ടയുയർത്തി രോഗിയെ നിശ്ശബ്ദ ഭീഷണി
യോടെ വിലക്കി) ഇതിലൊക്കെ തമ്പുരാനെന്തു
പിഴച്ചു?

യുവതി : പിഴച്ചതെനിക്കാണ്. അവർ വന്നു പറഞ്ഞു.
പാപം ചെയ്യരുത്. നരകത്തീയിന്റെ കഥ പറഞ്ഞു
ശാസിച്ചു, പാപം ചെയ്യരുത്. പൊന്നും പണവും
നിരത്തി ആളുകൾ കാത്തിരിക്കുന്ന കാലം.
അതെന്തൊരുകാലം.

(അവൾ ഭൂതകാലത്തിന്റെ ഓർമകൾ അയവിറക്കുന്നു. ഓർമയിലെ
നാദങ്ങളും രൂപങ്ങളും പിടിച്ചെടുക്കുന്ന മനസോടെ)

വാദ്യാഘോഷങ്ങളവസാനിക്കാത്ത രാത്രി, മധുകുംഭങ്ങളൊഴിയാത്ത
രാത്രി, ഒരു പണക്കിഴി സ്വകാര്യമായി എനിക്ക് കരുതിവെക്കാത്ത ഒരു
വണിക്കും ധനികനുമില്ല ഈ ദേശത്ത്.

മുതലാളി : (അൽപ്പം മുന്നോട്ടു വന്ന്) അത്ര അഹങ്കരിക്കല്ലേ.
ഞാൻ നിന്നെ കേട്ടിട്ടേ ഇല്ല.

യുവതി : (പരിഹസിച്ച്) എന്നാൽ നിങ്ങളിവിടെ പ്രമാണി
യല്ല.

മുതലാളി : എന്നെ ശരിക്ക് നിനക്കറിയില്ല. തേവിടിശ്ശീ.

യുവതി : എന്നെക്കൊണ്ട് അനാവശ്യം പറയിക്കരുത്.
എടോ തന്നെപ്പോലത്തെ നൂറെണ്ണത്തിന്റെ തല
എന്റെ അടിപ്പാവാടയുടെ ചരടിൽ കോർത്തിട്ടാ
ഞാൻ നടന്നത്.

നരൻ : നിശ്ശബ്ദം നിശ്ശബ്ദം. ആരും ക്ഷോഭിക്കരുത്.
എല്ലാവരും ഇന്ന് ഇപ്പോൾ സമമാണ്. തുടരൂ.
അവർ വന്നു. പാപത്തിന്റെ കഥ പറഞ്ഞു.
അപ്പോൾ.....

(വീണ്ടും ചിന്തയിൽ മുഴുകി ഓർമിച്ച്)

അപ്പോൾ ഞാൻ കരഞ്ഞു. വെള്ളയുടുത്ത് ഓലോലം മുങ്ങി ഈ നടയ്ക്കൽ വന്ന് സത്യം ചെയ്തു. പൊന്നും പണവും നഗരവാതിൽക്കൽ വലിച്ചെറിഞ്ഞു. എന്റെ പടിവാതിലടച്ചു. നല്ലവളായി നടന്നു.

നരൻ : മംഗളം. നിനക്ക് മംഗളം.

കാവൽ : തമ്പുരാന്റെ ഹിതം.

യുവതി : എന്നിട്ടും ജനം എന്നെ ചൂണ്ടി പരിഹസിച്ചു. മറ ഞ്ഞുനിന്ന് കല്ലെറിഞ്ഞു. അവർതന്നെ രാത്രി യിൽ പതുങ്ങിവന്ന് പടിവാതിൽക്കൽ മുട്ടി. ഞാൻ കീർത്തനം പാടി ഇരുന്നു. അവർ......അവർ മടങ്ങി പ്പോയി...... പിന്നെപ്പിന്നെ ആരും വന്നില്ല.

വൃദ്ധ : ഒടയതമ്പുരാനേ, ഒടയതമ്പുരാനേ.

യുവതി : വിശന്നു കിടന്നു. ഒരാളും വന്നില്ല, നരകത്തീ യിനെപ്പറ്റി പറഞ്ഞവരാരും വിശപ്പിന്റെ ഒരു നാളം കെടുത്താൻ വന്നില്ല.

(നരന്റെ മുഖത്തെ അസ്വാസ്ഥ്യം പ്രകടമാണ്. അയാൾ അൽപ്പം കിതയ് ക്കുന്നു. സ്വയം തിരുത്തുന്നതുപോലെ)

നരൻ : ഞാനെന്തു വേണം? അല്ല എനിക്ക് തെറ്റുന്നു. ക്ഷമിക്കണം. തമ്പുരാനെന്തു ചെയ്യണം.?

(യുവതി അയാളെ രൂക്ഷമായി നോക്കുന്നു. അഭിനയം അവളുടെ ഉള്ളിലേ ക്കും കടക്കുകയാണ്. ശരിക്കും തമ്പുരാനാണ് മുന്നിലെന്ന് അവൾക്ക് തോന്നലുണ്ടാവുന്നു. സ്വരമുയർത്തുന്നു.)

യുവതി : പാപത്തിന്റെ ചോറാണെന്നുപറഞ്ഞത് തമ്പുരാ ന്റെ വാക്കുകൾ എന്റെ മുമ്പിലിട്ട് ഉരുട്ടിക്കളി ച്ചിട്ടാണ്. തമ്പുരാനെ, ഒരു സത്യം ഇപ്പോൾ കേൾ ക്കണം, പാപത്തിന്റെ ചോറ് - അത് ഉണ്ടാലും വിശപ്പ് മാറും. ഇന്നോ? മറുപടി പറയൂ. ഇന്നോ?

മുതലാളി : സത്യത്തിൽ ഇതിലൊരു കേസില്ല. എളുപ്പം വേണമെങ്കിൽ നിന്റെ സത്യം വലിച്ചെറിഞ്ഞ് പഴയ തൊഴിലിനിറങ്ങിക്കോ.

നരൻ : (മുതലാളിയുടെ മുന്നിൽ ചാട്ടച്ചുഴറ്റി) മിണ്ടരുത് ഇവളെ നിങ്ങൾക്ക് മനസിലാവില്ല.

മുതലാളി : (ഈറയോടെ, പതുക്കെ) എന്റെ നല്ലകാലം.

വൃദ്ധ	:	താനും കളിക്ക് ഇനി ഇത്തിരി, പെരിയവരേ.
മുതലാളി	:	പറഞ്ഞില്ലേ അഭിനയിക്കാൻ വയ്യ. അഭിനയിച്ച് അഭിനയിച്ച് തളർന്ന എന്നെ ഓർമയില്ലേ? *(നര നോട് അടുത്തേക്ക് നീങ്ങി)* എന്നെ ഓർമയില്ലേ?
നരൻ	:	എനിക്കോ തമ്പുരാനോ?
മുതലാളി	:	*(ചിരിക്കാൻ ശ്രമിച്ച്)* അല്ല കൂടിക്കാഴ്ച ആരംഭി ക്കുക അങ്ങനെയാണ്. *(ആംഗ്യത്തോടെ)* തമ്പു രാനേ എന്നെ ഓർമയില്ലേ?
വൃദ്ധ	:	ഇയാൾ തമ്പുരാന്റെ മുമ്പിലെത്തിയാൽ ഒന്നു വെലസും ഈ പെരിയവർ.
മുതലാളി	:	*(തിരിഞ്ഞ് കാവൽക്കാരനോട്)* എന്നെ ഓർമ യില്ലേ?

(കാവൽക്കാരൻ ഇല്ലെന്ന് തലയാട്ടുന്നു)

മുതലാളി	:	ജയിലിൽ നിന്ന് പുറത്തുവന്നപ്പോൾ ഞാനാദ്യം നമസ്കരിച്ചത് ഈ തിരുമുമ്പിലാണ്. അന്നും താനുണ്ട്.
കാവൽ	:	എന്നും ഞാനുണ്ട്.
വൃദ്ധ	:	പഴയ കേസായിരിക്കും.
മുതലാളി	:	*(നരനോട്)* കേട്ടിട്ടില്ലേ? എന്റെ കേസ് കേട്ടിട്ടില്ലേ?
നരൻ	:	ഉണ്ടാവും. എങ്കിലും എല്ലാവർക്കും വേണ്ടി പറയ ണം.
മുതലാളി	:	തമ്പുരാനറിയും. വളരെ പഴയകേസ്. ഞങ്ങൾ മൂന്നുപേരെ ശിക്ഷിച്ചു; തൂക്കാൻ.
രോഗി	:	*(താൽപ്പര്യത്തോടെ)* ആരെയാ കൊന്നത്?
വൃദ്ധ	:	ആരെയോ ആവട്ടെ. ചത്തവൻ ചത്തു. ആരാ ശരിക്കും കൊന്നേ?
മുതലാളി	:	മൂന്നാളും ആയുധമെടുത്തിരുന്നു. മൂന്നിലാരു മാവാം. പക്ഷേ, അവസാനത്തെ വെട്ട് – മർമ ത്തിലെ വെട്ട്, ജീവനൊടുക്കിയ വെട്ട്, ആരുടെ? അതിലാണ് കേസ് നിന്നത്.
രോഗി	:	അതുപറയാനാ പാട്. കേസിന്റെ മർമം അതാണ്. അല്ലേ!
വൃദ്ധ	:	മറ്റവന്മാരോ? ആ രണ്ടു പേർ.
കാവൽ	:	അവരകത്ത്. ഇയാളു പുറത്ത്.

മുതലാളി	:	തമ്പുരാന് ദയവുണ്ടായി. എന്റെ ദയാഹരജി വലിയ കോടതി, മുകളിലത്തെ കോടതി കേട്ടു. പിന്നെ ഭാഗ്യത്തിന്റെ നറുക്കുവീണു. ജീവപര്യ ന്തവും പോയി. ഞാൻ പുറത്ത്.
കാവൽ	:	തമ്പുരാന്റെ ഹിതം.
നരൻ	:	മരിച്ച മനുഷ്യന്റെ മുഖം നിങ്ങളുടെ രാത്രികളെ അസ്വസ്ഥമാക്കിയില്ലേ?
മുതലാളി	:	ഇല്ല പ്രഭോ!
നരൻ	:	ചോര വാരുന്ന ശരീരം. ജീവിക്കാൻ അനുവാദം ചോദിക്കുന്ന ചുണ്ടുകൾ. ഇതൊന്നും നിങ്ങളെ അസ്വസ്ഥനാക്കിയില്ലേ?
മുതലാളി	:	ഇല്ല പ്രഭോ!
നരൻ	:	കൊല്ലരുത് എന്ന് കുട്ടിക്കാലം തൊട്ട് ആരും നിങ്ങളെ ഉപദേശിച്ചില്ലേ?
മുതലാളി	:	ഉണ്ട്. ഞാനും മറ്റേതൊരു കുഞ്ഞിനെയുംപോലെ എല്ലാ സാരോപദേശങ്ങളും കേട്ട് വളർന്നവനാണ്.
നരൻ	:	എന്നിട്ടും നിങ്ങൾ കൊന്നു.
മുതലാളി	:	കൊന്നു. മറഞ്ഞുനിന്നല്ല. നേർക്കുനേരെ നിന്നു കൊണ്ട് ഞങ്ങൾ ആയുധമെടുത്തു. ശത്രുവിന്റെ ആൾക്കാർ ഇരുട്ടിൽ എന്നെ വേട്ടയാടുകയാ യിരുന്നു. അതുകൊണ്ട് ഞാൻ പകൽവെളിച്ച ത്തിൽ അവനെ നേരിട്ടു. അവൻ മരിച്ചെന്നുറ പ്പായി തിരിച്ചുപോയി. ഞാനാശ്വാസത്തോടെ നിയമത്തിന് കീഴടങ്ങി. പിന്നത്തെ കഥ ഞാൻ പറഞ്ഞു. ഭാഗ്യത്തിന്റെ നറുക്കുവീണ കഥ.
നരൻ	:	(മന്ദഹസിച്ച്) സ്വാതന്ത്ര്യത്തിലേക്കുള്ള വാതിൽ. വെളിച്ചം, രാജപാത, പ്രകൃതിയുടെ സംഗീതം, കുഞ്ഞുങ്ങളുടെ കരച്ചിൽ, നഷ്ടപ്പെട്ടുവെന്നു കരുതിയ പ്രപഞ്ചം മുഴുവൻ മുന്നിൽ അല്ലേ?
മുതലാളി	:	അതൊന്നും എനിക്കറിയില്ല. പുറത്ത് വന്നപ്പോൾ അവർ ചുറ്റും പൊതിഞ്ഞ് തമ്പുരാനും എനിക്കും മംഗളം പാടി. എനിക്ക് അകമ്പടിക്കാരുണ്ടായി. മുതലുണ്ടായി. സൗധങ്ങളുണ്ടായി. കീഴാളരു ണ്ടായി.
വൃദ്ധ	:	അതാ മണ്ഡേല വര.

നരൻ	:	നിങ്ങളാരെ ഇപ്പോൾ ഭയപ്പെടണം?
മുതലാളി	:	പിച്ചാത്തികൊണ്ട് ഇടവഴിയിലെ ഇരുട്ടിനെ ഭരിച്ച പ്പോൾ പോലീസിനെയും പട്ടാളത്തെയും ഭയ ന്നാൽ മതി. ഇപ്പോഴോ?
നരൻ	:	തമ്പുരാനെ ഭയപ്പെടാത്തവരാരുമില്ല. അതൊരു ദുഃഖമല്ല; ഭാരവുമല്ല.
മുതലാളി	:	ഞാൻ ഭയപ്പെടുന്നു. മനുഷ്യരെ. ഇറക്കിക്കൊണ്ട് വന്നപ്പോൾ എന്നെ എഴുന്നള്ളിച്ച് ആർപ്പുവിളിച്ച വരെയാകെ! എന്റെ ഉള്ളറിയണോ? അറിഞ്ഞാൽ വിശ്വസിക്കുമോ? എനിക്ക് വിശപ്പില്ല.
രോഗി	:	അത് മൊതലുണ്ടായാലത്തെ സൂക്കേടൊ. ചികി ത്സല്യാ.
മുതലാളി	:	*(അത് ശ്രദ്ധിക്കാതെ)* വിശപ്പില്ല. ഉറക്കമില്ല. എന്റെ ചോര കിട്ടിയേ അടങ്ങൂ എന്ന് മുദ്രാവാക്യം വിളിച്ച് എന്റെ താവളങ്ങളുടെ പുറത്തൊക്കെ ജനം ഇരമ്പി നിൽക്കുന്നു.
വൃദ്ധ	:	മൊതലുണ്ടായാൽ ഇത്ര പാടുണ്ടോ?
മുതലാളി	:	ഇതു കേൾക്കൂ. *(തിരിഞ്ഞ് മറ്റുള്ളവരോടും സദ സിനോടും)* ഇത് കേൾക്കൂ. എനിക്കൊരു കുഞ്ഞു ണ്ട്. അവന് രോഗമാണ്. അത്യാസന്നമാണ്. അവനെ കാണാൻ വഴിയില്ല. എന്റെ വീട് എന്ന് വിളിച്ചിരുന്ന സ്ഥലത്തിന്റെ അതിർത്തിക്കപ്പുറം ഞാൻ പതുങ്ങിനടക്കുന്നു. അകത്ത് കയറാൻ വിടില്ല. പകൽവെളിച്ചത്തിലെവിടെയും നടക്കാൻ വയ്യ. ഈ എനിക്ക്; ഒരു പിച്ചാത്തികൊണ്ട് നാടുഭരിച്ച എനിക്ക് തങ്ങാൻ ഇടമില്ല.
യുവതി	:	സത്യത്തിൽ ഇതിലും ഒരു കേസില്ല. തനിക്ക് ഈ കുപ്പായം വലിച്ചെറിഞ്ഞ് മറ്റെവിടെയെങ്കിലും പോയി പിച്ചാത്തി എടുക്കാം.
മുതലാളി	:	നിനക്കെന്നെ മനസിലാവില്ല.
യുവതി	:	എന്റെ നല്ല കാലം.
മുതലാളി	:	എനിക്ക് മോചനം വേണ്ടതിപ്പോഴാണ്.
നരൻ	:	മോചനം? തിരുമുമ്പിൽ ഇതു പറയാൻ ധൈര്യം വരുമോ? മോചനമെന്ന ഈ വാക്ക്?

മുതലാളി	:	മോചനം തന്നെ. ഭയത്തിൽനിന്ന്, പേടിസ്വപ്ന ത്തിൽനിന്ന്, ആവശ്യമില്ലാതെ എനിക്ക് തന്ന ഈ വേഷത്തിൽനിന്ന് എനിക്ക് മോചനം തരൂ.
രോഗി	:	തമ്പുരാനേ *(മുന്നോട്ടു വന്ന്)* കൂടുവിട്ട് കൂടു മാറുന്ന വിദ്യ അറിയാമോ തമ്പുരാൻ. എന്നാൽ ഞങ്ങളെ അങ്ങോട്ടും ഇങ്ങോട്ടും മാറ്റൂ. വിശപ്പും ഉറക്കവും ഇയാൾക്ക്. കുപ്പായവും പണവും എനിക്ക്. എന്നിട്ട് ജനത്തിനെ വെട്ടിക്കാൻ നോക്കു ന്നെങ്കിൽ അതിന്നൊരർഥമുണ്ട്.
മുതലാളി	:	എന്റെ ദുഃഖം ഇവർക്കു മനസിലാവില്ല.
നരൻ	:	*(ചിരിച്ച്)* വീണ്ടും ഒരു തടവറയുണ്ടോ സങ്കൽപ്പ ങ്ങളിൽ?

(മുതലാളി ക്ഷുഭിതനാവുന്നു).

മുതലാളി	:	ഒരു സത്യം പറഞ്ഞാൽ നിങ്ങൾ വിശ്വസിക്കുമോ? തമ്പുരാനേ അവിടുന്ന് വിശ്വസിക്കുമോ? ആരും വിശ്വസിക്കില്ല. പേടിസ്വപ്നം കാണാതെ ഞാൻ ഉറങ്ങിയ രാത്രികൾ തടവറയിലായിരുന്നു.

(സങ്കൽപ്പത്തിലുള്ള തമ്പുരാനെ സമീപിക്കുന്നപോലെ നടന്ന് നരന്റെ മുമ്പിൽ മുട്ടുകുത്തി).

പ്രഭോ, വേട്ടക്കാരന്റെ രക്തമാണ് എന്റെ സിരകളിൽ. എന്നെ വേട്ട മൃഗമാക്കല്ലേ?

വൃദ്ധ	:	*(താളത്തിൽ ചാട്ടയടിച്ച് രസിച്ച്)* കളി നടക്കട്ടെ. ഇയാൾക്കറിയാം. ഇതു കഴിഞ്ഞാൽ ഞാനും ഈ പെരിയവരും ചേർന്ന് തെക്കനും തെക്കത്തിയും കെട്ടി കളിക്കും.
കാവൽ	:	*(തെല്ല് മുന്നോട്ടു നിന്ന്)* കളിയിലൊരു കാര്യം മറന്ന് *(തമാശയ്ക്ക്)* തമ്പുരാനേ തമ്പുരാനേ വലിയ വാക്കുകൾ കരുതിവെച്ച ഒരാളുണ്ടിവിടെ.

(വൃദ്ധയെ നോക്കുന്നു.)

(നരൻ മന്ദഹസിക്കുന്നു)

വൃദ്ധ	:	തമ്പുരാനേ, ഈ കാവലേമാനെ പിടിച്ച് ആദ്യം ശിക്ഷിക്ക്. എന്നിട്ട് ബാക്കി കഥ.
നരൻ	:	അവന്റെ ഊഴം വരും.
കാവൽ	:	*(വൃദ്ധയോട്)* മുമ്പോട്ട് വാ.

(വൃദ്ധ പൊടുന്നനെ തോന്നിയ ഒരു നാണത്തോടെ ഞെളിപിരി കൊള്ളുന്നു.)

കാവൽ : മുമ്പോട്ട്. കളിയാണെങ്കിലും നമുക്ക് നിയമങ്ങൾ പാലിക്കുക. നീതിപീഠത്തിടുത്തേക്ക്. സങ്കട ക്കാരി ഹാജരുണ്ട്. പ്രഭോ, സങ്കടക്കാരി ഹാജ രുണ്ട്.

നരൻ : (മന്ദഹസിച്ച്) എവിടെയോ പരിചയമുള്ള പോലെ. അല്ലേ?

വൃദ്ധ : (സംശയിച്ച്) അങ്ങനെ തുടങ്ങുമോ തമ്പുരാൻ?

നരൻ : തുടങ്ങിയാലോ. അതിനും കരുതിയിരിക്കേണ്ടേ?

വൃദ്ധ : ഒന്നുകൂടി പറ.

നരൻ : (ആവർത്തിക്കുന്നു) എവിടെയോ കണ്ടു പരിചയ മുള്ളപോലെ.

(പശ്ചാത്തലത്തിലെ ഇരുട്ടിൽ മുതലാളിയും രോഗിയും എന്തോ പിറുപിറുക്കുന്നു.)

കാവൽ : നിശ്ശബ്ദം. ഇത് തിരുസന്നിധിയാണ്. നടക്കുന്നത് ന്യായവിചാരമാണ് (സ്വരം താഴ്ത്തി) എന്ന് സങ്കൽ പ്പിക്കുക.

വൃദ്ധ : (തൊണ്ടയനക്കി) ഉം (വീണ്ടും തൊണ്ടയനക്കു ന്നു) ആ എന്നെ റൂട്ടിലെവിടെയെങ്കിലും കണ്ടിട്ടു ണ്ടാവും, മോനേ.

(രോഗി പശ്ചാത്തലത്തിലിരിക്കുന്നു.)

വൃദ്ധ : (നിയന്ത്രിച്ച്) ആ ഞാൻ മറന്നുപോയി. മോനെന്ന് വിളിച്ചത് തെറ്റ്. അവിടുന്നു ചോദിക്കുമ്പോ പറ യില്ല.

നരൻ : സാരമില്ല. പറയൂ തമ്പുരാൻ എന്തുചെയ്യണം.

(വൃദ്ധ സംശയിക്കുന്നു. പരുങ്ങുന്നു.)

കാവൽ : വലിയ വാക്കുകൾ ഒക്കെ മറന്നുപോയോ?

(വൃദ്ധ തന്റെ ഭാഗം മോശമാവരുതെന്ന് കരുതി മുടിയൊന്നു മാടി ഗാംഭീര്യത്തിൽ നീണ്ടു നിവർന്നുനിന്നു.)

വൃദ്ധ : എന്നാൽ കേട്ടോ (കൃത്രിമ സ്വരത്തിൽ) അവനു ണ്ടോ? എന്റെ മകൻ ജീവനോടെ ഇരിപ്പുണ്ടോ?

നരൻ : അറിയാനാണോ വന്നത്? ഉണ്ടെന്നു വയ്ക്കുക. എന്നാൽ?

വൃദ്ധ : ഉണ്ടെങ്കിൽ.........ഉണ്ടെങ്കിൽ അവന്റെ വഴി കണ്ടു പിടിക്കണം. അവന്റെടുത്ത് എന്നെ എത്തിക്കണം. തെണ്ടിനടന്ന് എനിക്ക് വയ്യ തമ്പുരാനേ.

(ഇപ്പോൾ തന്റെ പ്രകടനം എങ്ങനെയെന്ന മട്ടിൽ മറ്റുള്ളവരെ ഒന്നു നോക്കുന്നു.)

നരൻ : അത് മതിയോ? അവന്റെ മുമ്പിലെത്തിയാൽ അവൻ പറഞ്ഞാലോ! സ്ത്രീയേ എനിക്കും നിനക്കും തമ്മിലൊരു ബന്ധവുമില്ല എന്ന്.

വൃദ്ധ : *(സംശയിക്കുന്നു)* അവൻ അങ്ങനെയൊക്കെ പറയും. അതിലപ്പുറം പറഞ്ഞിട്ടുണ്ട്. പക്ഷേ അവനുണ്ടോ?

നരൻ : *(ഒരു നിമിഷം ആലോചിച്ച്)* അവനില്ലെങ്കിലോ?

വൃദ്ധ : *(വിജയഭാവത്തിൽ ചിരിച്ച്)* അങ്ങനെ ചോദിക്ക് അതിന് മറുപടി ഞാൻ വെച്ചിട്ടുണ്ട്. ഇല്ലെങ്കിലോ....? *(ഉറപ്പിച്ച്)* അഗതികൾക്കുള്ള പെൻഷൻ തരണം. അതിന്നപേക്ഷിക്കാൻ അവൻ ചത്തെന്ന രേഖയും തരണം.

(നരൻ ചിന്താമഗ്നനാവുന്നു).

നരൻ : അവൻ ജീവിച്ചിരിപ്പുണ്ടെന്നറിയുന്നതോ മരിച്ചെന്നറിയുന്നതോ ആശ്വാസം?

(വൃദ്ധ പരുങ്ങുന്നു)

നരൻ : ഉത്തരം?

വൃദ്ധ : അങ്ങനെ ചോദിച്ചാൽ പ്രയാസം. അതപ്പോ തോന്നും.

നരൻ : എപ്പോഴായാലും പറയണം. പറയേണ്ടി വരും.

രോഗി : തമ്പുരാന്റെ മുമ്പിലാണ് നിൽക്കുന്നതെന്ന് കരുതി പട്ടാങ്ങമായി പറ.

വൃദ്ധ : അങ്ങനെ ചോദിക്കരുത്.

നരൻ : ചോദ്യം വരും.

യുവതി : നാട്ടുമൊറയ്ക്കുവേണ്ടി പറയണ്ട. സത്യം സത്യമായിട്ട് പറ.

(വൃദ്ധ അമ്പരക്കുന്നു)

(എല്ലാവരും ചേർന്ന് ഒരേസ്വരത്തിൽ) പറയണം, പറയണം, സത്യം പറയണം, സത്യം പറയണം.

വൃദ്ധ : (അവർ തന്നെ പരിഹസിക്കുകയാണെന്ന് കണ്ട്
നിയന്ത്രണം വിട്ട്) എന്നാൽ കേട്ടോ? (വൃദ്ധ
ഹിസ്റ്റീരിയായുടെ അടുത്തെത്തുന്നു.) എന്നാൽ
കേട്ടോ. (നെഞ്ചത്തടിച്ച് ദൈന്യത്തിൽ) എവിടെ
പ്പോയി തമ്പുരാനേ എന്റെ വാക്കുകൾ. (കിതയ്
ക്കുന്നു.) കേട്ടോ. അവൻ ചത്തെറിഞ്ഞാൽ എനി
ക്ക് സമാധാനമായി. എനിക്ക് അഗതിയാണെന്ന
രേഖ കിട്ടും. വയസുകാലത്ത് ഒരു ഭാഗത്തിരി
ക്കാം. (തളർന്ന് പതുക്കെ) പിന്നെ.....ഞാൻ തമ്പു
രാനെ ജപിക്കാം.

നരൻ : (പതിഞ്ഞ, പക്ഷേ മുഴങ്ങുന്ന ശബ്ദത്തിൽ)
ഒരിക്കൽക്കൂടി പറയൂ സ്ത്രീയേ, നിന്റെ വാക്കു
കൾ ഒരിക്കൽക്കൂടി.

(വൃദ്ധ നടുങ്ങുന്നു).

വൃദ്ധ : അവന്റെ ശബ്ദംപോലെ. അതു കേട്ടാൽ ഉള്ളു
വിറയ്ക്കുമായിരുന്നു. ഇനി പറയാൻ വയ്യ. ഇനി
പറയാൻ വയ്യ.

കാവൽ : കളി നടക്കട്ടെ. കളി നടക്കട്ടെ.

വൃദ്ധ : ഇപ്പോൾ കളിയല്ല. എന്റെ നെഞ്ചു പിടയ്ക്കുന്നു.

യുവതി : (അടുത്തുകൊണ്ട്) എനിക്ക് വിശക്കുന്നു.

(നരൻ ഞെട്ടുന്നു) എനിക്കു വിശക്കുന്നു. ഇതു
വരെ ഞാൻ മറക്കാൻ നോക്കി. എനിക്ക് വിശക്കു
ന്നു എനിക്ക് ഭക്ഷണം താ.

രോഗി : (അടുക്കുന്നു) എന്റെ നേർച്ചക്കാൽ താ. അതു
കൊണ്ട് ഒന്നും നേടാനില്ല. എന്നാലും എന്റെ
നേർച്ചകാൽ താ.

മുതലാളി : (മുമ്പോട്ട്) എന്റെ പിച്ചാത്തി തിരിച്ചു താ. ജയിലറ
യിലെ രാത്രി തിരിച്ചു താ.

വൃദ്ധ : എന്റെ രേഖ താ.

(നരൻ നടുങ്ങുന്നു. ചുറ്റും വിചിത്രമായ വെളിച്ചം. ചുറ്റുംകൂടി നിൽക്കു
ന്നവർ പുറഭാഗങ്ങളിൽ തുടക്കത്തിൽ നിഴലുകൾപോലെ നിന്നവരും
നരബലി നടത്തുന്ന കാപാലികരെപ്പോലെ ചുവടുവെച്ചടുക്കുന്നു.
പിൻവാങ്ങുന്നു. കൂടുതൽ അടുക്കുന്നു. പേടിപ്പെടുത്തുന്ന കാൽവെപ്പു
കൾ. ഇടയ്ക്കിടെ നരന്റെ നേർക്ക് കൈകൾ നീണ്ടുവരുന്നു. നടുങ്ങി
നിൽക്കുന്ന നരന്റെ കയ്യിൽനിന്ന് കാവൽക്കാരൻ ചാട്ട തിരിച്ചു വാങ്ങുന്നു.

അയാൾ ഒരുവശത്തേക്ക് മാറി ഇരുട്ടിൽനിന്ന് നരമേധംപോലത്തെ ചടങ്ങുകൾ കണ്ട് ചാട്ടചുഴറ്റി അടിക്കുന്നു. വായുവിൽ നരൻ പരിചയ മില്ലാത്ത, പ്രതീക്ഷിക്കാത്ത ഈ ഭാവപ്പകർച്ചയിൽ ചുറ്റുമുള്ള ഒരോരുത്ത രെയും നോക്കി നിസ്സഹായനാവുന്നു.)

നരൻ   :   (കാവൽക്കാരനെ ചൂണ്ടി) എന്നെ നോക്കൂ. എന്റെ കണ്ണുകളിൽ നോക്കൂ.

(കാവൽക്കാരൻ പൊട്ടിച്ചിരിക്കുന്നു).

നരൻ   :   (ഓരോരുത്തരെ ചൂണ്ടി) എന്നെ അറിയില്ലേ? എന്നെ അറിയില്ലേ? എന്നെ അറിയില്ലേ? എന്നെ അറിയില്ലേ?

(അവർ അയാളുടെ ദേഹത്തിൽ കൈ വെക്കുന്നു. കൈ പിൻവലിക്കുന്നു. വീണ്ടും കൈകൾ അയാളെ വളയുന്നു. കൈകൾ വസ്ത്രം പിച്ചിച്ചീന്തു ന്നു.)

നരൻ   :   അരുത്. അരുത്. അരുത് (കുറേക്കൂടി ഉച്ചത്തിൽ) അരുത്!

നരൻ   :   (ബഹളങ്ങൾക്കു മീതെ) നിങ്ങൾ ചെയ്യുന്നതെ ന്താണെന്ന് നിങ്ങൾക്കറിയില്ല.

(ഒരു തോറ്റംപോലെ: കളി നടക്കട്ടെ. കളി നടക്കട്ടെ. വികൃതമായ ശബ്ദ ങ്ങൾക്കിടയിൽ നിന്ന്)

നരൻ   :   ഞാനാണ്, ഞാനാണ്. കളിനടക്കട്ടെ. കളിനടക്ക ട്ടെ!! അരുത് അരുത്!!

(കെട്ടിമറിഞ്ഞ രൂപങ്ങൾ വ്യക്തമല്ലാത്ത ചലനങ്ങൾ. നരനെ പിച്ചി ച്ചീന്തുകയാണെന്നും തോന്നും. രോഗിയുടെ വടിപൊങ്ങുകയും അയാ ളുടെ ദേഹത്ത് താഴുകയും ചെയ്യുന്നു. ചാട്ടചുറ്റിലും പുളയുന്നു. വൃദ്ധ തകരപ്പാട്ടകൊണ്ട് നരന്റെ ശിരസിൽ അടിച്ചുവീഴ്ത്തുന്നു. വികൃതമായ ശബ്ദങ്ങളിലൂടെ താളാത്മകമായ ചലനങ്ങളിലൂടെയും വായ്ത്താരികളി ലൂടെയും ഒരു നരമേധം നടക്കുന്നു എന്ന പ്രതീതിയുണ്ടാകുമ്പോൾ രംഗം പൂർണമായി ഇരുളുന്നു.

ഇരുട്ട്. ഇരുളിൽ നിഴലുകൾ വികൃതമായി ചിരിക്കുന്നു. പ്രേക്ഷ കർക്ക് ഒന്നും വ്യക്തമാവുന്നില്ല. താളവും വായ്ത്താരിയും തുടരുന്നു. പശ്ചാത്തലത്തിൽ വികൃതമായ താളംതെറ്റിയ വായ്ത്താരികൾ).

ശിവഹരി ശിവഹരി

ഹരിഹരി ഹരി ഹരി

ശിവഹരി

ഹാലേ ലുയ്യാ

ഹാലേ ലുയ്യാ

ഹാലേ ലുയ്യാ

ഹാലേ ലുയ്യാ

യാ ജബ്ബാർ

യാ ജബ്ബാർ

യാ അള്ളാ

യാ ജബ്ബാർ

യാ അള്ളാ

യാ ജബ്ബാർ

ശിവഹരി

ഹാലേ ലുയ്യാ

ശിവഹരി

ഹാലേ ലുയ്യാ

ശിവഹരി

ഹാലേ ലുയ്യാ

യാ അള്ളാ

യാ അള്ളാ

യാ അള്ളാ

ഹരി ഹരി

കോറസ്സ് നിശ്ശബ്ദമാവുന്നു.

പശ്ചാത്തലത്തിൽ മണിനാദം. നനുത്ത ഭജനഗാനം ലോലമായ പ്രഭാതരശ്മിപോലെ ഒഴുകിവരുന്നു. അത് വികസിക്കുമ്പോൾ രംഗത്ത് വെളിച്ചം പരക്കുന്നു. മറിഞ്ഞുകിടന്ന പീഠങ്ങൾ, ഭണ്ഡാരപ്പെട്ടി, വിളക്കുകാൽ, നരൻ കോട്ടമതിലിനോട് ചേർന്ന് ചാഞ്ഞുകിടക്കുന്നു. ഒറ്റനോട്ടത്തിൽ ചലനമില്ലെന്നുതോന്നും. കൂടുതൽ വെളിച്ചം പരക്കുന്നു.

അപ്പോൾ ഇളംപ്രായത്തിലുള്ള ഒരു കുഞ്ഞ് പ്രവേശിക്കുന്നു.

കുഞ്ഞിന്റെ വിളി :   ഹേയ്

നരൻ   :   നീ വന്നോ?

കുട്ടി സംശയിക്കുന്നു.

(നരൻ എഴുന്നേറ്റ് പ്രയാസപ്പെട്ടിരിക്കുന്നു)

നരൻ   :   വാ, നിനക്കായ് കരുതിവെച്ചതാണിത്.

(ഭാണ്ഡത്തിൽനിന്ന് ഓരോന്നായി പുറത്തെടുക്കുന്നു. ചെങ്കോൽ, ഒരു കിരീടം).

(കുട്ടി അടുത്തുവന്ന് സംശയിച്ചു നിൽക്കുന്നു)

ഇത് നിനക്കാണ്.

(കുട്ടി ചെങ്കോൽ വാങ്ങുന്നു. കിരീടം കൗതുകത്തോടെ വാങ്ങി തിരിച്ചും മറിച്ചും നോക്കുന്നു. തലയിൽ വെക്കുന്നു.)

നരൻ   :   നിനക്കാണ് ഒരു കളിക്കോപ്പ്.

കുട്ടി ഒരു വിനോദംപോലെ ശിരസിൽ വെക്കുന്നു. നരൻ വീണ്ടും വീണു കിടക്കുമ്പോൾ പിറുപിറുക്കുന്നു: "കളിക്കോപ്പ്......" മംഗളവാദ്യങ്ങൾ പശ്ചാത്തലത്തിൽ.

-കർട്ടൻ-